Alisi Ndani ya Nchi ya Ajabu

Alisi Ndani ya Nchi ya Ajabu

Imeandikwa na

Lewis Carroll

Imechorwa na

John Tenniel

Imetafsiriwa kwa Kiswahili na

Ida Hadjivayanis

2015

Imechapishwa na/*Published by* Evertype, 73 Woodgrove, Ballyfin Road, Portlaoise, Co. Laois, R32 ENP6, Ireland. *www.evertype.com*.

Kichwa cha awali cha kitabu/*Original title*: *Alice's Adventures in Wonderland*.

Toleo la kwanza /*First edition* 2015.

Orodha ya katalogi ya kitabu hiki inapatikana hapo British Library.
A catalogue record for this book is available from the British Library.

ISBN-10 1-78201-122-6
ISBN-13 978-1-78201-122-4

Maandishi ya De Vinne Text, Mona Lisa, ENGRAVERS' ROMAN, na Liberty na Michael Everson.
Typeset in De Vinne Text, Mona Lisa, ENGRAVERS' ROMAN, *and* Liberty *by* Michael Everson.

Michoro/*Illustrations*: John Tenniel, 1865.

Jalada/*Cover*: Michael Everson.

Imepigwa chapa na/*Printed by* LightningSource.

Utangulizi

Lewis Carroll ni jina la uandishi: Charles Lutwidge Dodgson ndilo jina halisi la mwandishi wa kitabu hiki, na alikuwa mhadhiri wa hisabati huko Christ Church, Oxford. Dodgson aliianza hadithi hii tarehe 4 Julai mwaka 1862, pale alipofanya matembezi katika mashua ya makasia huko Oxford katika mto Thames akiwa pamoja na Mchungaji Robinson Duckworth, Alice Liddell (aliyekuwa na miaka kumi), binti wa Mkuu wa kitivo huko Chirst Church, pamoja na dada zake wawili Lorina (aliyekuwa na miaka kumi na mitatu), na Edith (aliyekuwa na miaka minane). Kama inavyoonekana wazi katika shairi pale mwanzoni mwa kitabu, mabinti hawa watatu walimwomba Dodgson awahadithie hadithi, na kwa kusita sita akaanza kuwahadithia ile hadithi ya awali. Kuna marejeo mengi yaliyofichika kiasi ambayo yanawahusu watu hawa watano ambayo yamesambazwa ndani ya kitabu chenyewe, ambacho hatimaye kilipigwa chapa mwaka 1865.

Tafsiri ya mwanzo ya Kiswahili ya hadithi ya *Alice's Adventures in Wonderland* ilipigwa chapa mwaka 1940 na iliitwa *Elisi katika Nchi ya Ajabu.*[1] Kitabu hicho kilikuwa ni

1 Carroll, Lewis. 1966. *Elisi katika nchi ya Ajabu.* Imetafsiriwa na St Lo de Malet. London: The Sheldon Press.

kimojawapo kati ya vitabu vya tafsiri za fasihi za kigeni ambavyo vilitumiwa na serikali ya kikoloni ili kukuza lugha fasaha ya Kiswahili. Tukumbuke kwamba huo ulikuwa ni wakati ambapo lahaja ya Kiunguja ilichaguliwa kuwa lugha fasaha na lugha hii ilihitaji kuwa na maandishi yaliyokubalika ili kuisambaza. Tofauti na tafsiri zingine za wakati huo ambazo zilitolewa kwa wafasiri kama jukumu kutoka kwa Inter-territorial Language Committee tafsiri hii ilifanywa kwa uamuzi binafsi wa Ermyntrude Virginia St. Lo Malet (Conan-Davies). Yeye alimgeuza mhusika mkuu, aliyemwita Elisi, kuwa msichana wa Kiswahili akikusudia kumweka karibu zaidi na ukweli wa maisha ya watoto wa Kiswahili ambao hawakuwa na ujuzi mkubwa wa utamaduni na maisha ya watoto wa kizungu (Nilihakikisha jambo hili katika mazungumzo yangu na mtoto wa mfasiri aitwaye Meredith).

Akiongelea tafsiri yake, mnamo tarehe 16 Mei mwaka 1965, Ermyntrude alimwandikia barua mkosoaji mmoja wa kazi yake, Bwana Weaver, ambamo alijitetea akisema kuwa "nilichukua kitabu ili kukitafsiri—ilikuwa ni kama zoezi, kwa sababu—tofauti na mimi kuiona kama hadithi iliyoshindikana kutafsirika—ilionekana kuwa na uwezekano mkuu wa kutafsirika katika lugha ya kitoto. Hadithi ina mambo ya kiulaya kidogo sana. Na kuhusu lugha ya mafumbo na jinsi yalivyoundwa—basi ni kama wewe ulivyoona—sikujitahidi sana kuyashughulikia" (Imholtz, 2000) (tafsiri yangu).[2]

Ni kweli kwamba hadithi hii haina mambo mengi ya kiulaya, lakini kiujumla kuna mengi ya kizungu. Ukiangalia kwa mfano jinsi nywele zinavyoelezewa kwamba zina vipete na mifano ya kihistoria iliyotolewa kuhusu William mvamizi; haya ni mambo ambayo si rahisi kutafsiri kwa Kiswahili. Mfano mwingine mzuri ni vyakula vya kizungu kama

2 Imholtz, A. 2000. 'Excerpt from Imhotz talk on Weaver', Humanities Research Center, University of Texas, Austin

"treacle, tarts, pies na *marmalade"* pia havikuwa rahisi kuvitafsiri, hivyo nimejitahidi kuvitafutia majina wenza kwa njia tofauti ikiwa ni pamoja na kuvifahamisha, kuviacha kwa Kiingereza kama vilivyo na pale nilipoweza nimegeuza majina ili yatamkwe kwa Kiswahili, yaani *nimeyaswahilisha!* Mimi nina imani kwamba sasa hivi dunia imekuwa ndogo, na watu watakaosoma kitabu hiki watakuwa na njia nyingi tofauti za kuvielewa vyakula hivi, njia mojawapo ikiwa ni picha za katika intaneti.

Pia, kuna wanyama ambao hawapo katika Kiswahili, wa kwanza akiwa ni *Gryphon* bila shaka ambaye nimemwita Simba-Mwewe kutokana na umbile lake. Pia, kuna aina ya bata ambaye huitwa *dodo*, basi kwa vile Kiswahili kina bata mzinga, bata bukini, nikaona tukuze lugha yetu kwa kumwongeza bata dodo. Pia kuna aina ya panya mdogo sana aitwaye *dormouse*, mwenye rangi ya kahawia ambaye ninaamini sisi hatuna, mfasiri wa mwanzo, Ermyntrude, aligeuza panya huyu na kumwita komba, tafsiri hii imemwita kipanya.

Tofauti kuu kati ya tafsiri hii na ile ya awali ni kwamba tafsiri hii imejitahidi kujengeka katika ukweli wa Alisi. Alisi ni mtoto wa Kiingereza anayeishi Uingereza. Pia nimejitahidi kufuatilia maandishi ya mwandishi wa awali na nimetumia sentensi zake ndefu ambazo huunganishwa kwa viunganishi tofauti kama koma na mistari. Ninategemea kwamba hizi hazitomwudhi msomaji wangu na atazifurahia kwa utofauti wake, na pia atafurahia kupata hisia zilizokusudiwa na mwandishi.

Sikutaka kuchukua njia rahisi ya kumswahilisha Alisi. Pia kwa vile sikutaka kitabu kichoshe, ilinibidi nifanye maamuzi ambayo kama nisingaliyafanya, hadithi ingebadilika. Kwa mfano mara nyingi Alisi hutaja lugha ya Kiingereza. Yeye hulitaja neno hili ili kujaribu kufafanua jambo, sasa kwa vile hii ni tafsiri ya Kiswahili, msomaji angehisi hovyo kusoma "hebu jielezee vizuri kwa Kiingereza" wakati yeye anasoma Kiswahili, hivyo palipokuwa na neno "Kiingereza", mimi nimeandika "lugha yetu".

Nimemwita mhusika mkuu wetu kwa jina la Alisi, ambalo kimatamshi na maandishi linakaribiana zaidi na jina la kiingereza "Alice". Na pia msichana huyu amevaa nguo zake za awali, na si kama ilivyo katika tafsiri ya mwaka 1940 ambamo amevalishwa kanga, amesukwa twende kilioni na pia yupo miguu peku. Tafsiri hiyo pia imembadilisha mhusika mmoja anayeitwa *Duchess* na kumwita *Mama Mkubwa* huku ikimwacha kavalia nguo zake za Kiingereza. Tafsiri hii imemwacha kama alivyokusudiwa kwenye maandishi ya awali. Duchess ni mwanamke mwenye cheo cha kifalme nchini Uingereza. Hakuna mwenza wa Duchess katika jamii yetu. Kuhusiana na picha hizi, niliandika katika utafiti wangu wa shahada ya tatu ya uzamifu (Ph.D.) kwamba, "tunagundua kwamba ingawa wahusika wote wamefanywa kuwa waswahili, wakiwa wamevalishwa kanzu nyeupe na kofia za tarabushi, hata hivyo, picha ya kwanza inamwonyesha msichana wa kiafrika aliyejifunga kitambaa katika kifua chake huku akimtazama malkia wa chapa ya moyo katika mahakama yake ya utukufu. Yeye amevaa gauni la kifalme, akionekana kama vile malkia Victoria, akiwa amekaa katika mahakama yake ya kiingereza huku akizungukwa na watumishi wa kifalme na Mfalme wa chapa ya moyo, wote wamevaa mawigi meupe wakionekana kuwa ni wafalme wa kiingereza. Mtu anaweza kuelewa picha hii kuwa ni tafsiri ya kikoloni ambapo malkia hawezi kuwa mwengine zaidi ya yule anayefanana na malkia Victoria" (Hadjivayanis, 2011:215).[3]

Mwisho kabisa ningependa kuwataja watu wachache. Jon Lindseth ndiye aliyeanzisha mradi huu ambapo mwanzoni aliniomba niandike makala yaliyochapishwa ndani ya kitabu

3 Hadjivayanis, Ida. 2011. *Norms of Swahili Translations in Tanzania: An Analysis of Selected Translated Prose*. PhD Thesis, SOAS (School of Oriental and African Studies)

cha *Alice in a World of Wonderlands*. Baada ya hapo akapendekeza nitafsiri kitabu chote kwa Kiswahili. Nilikubali!—na ni lazima niseme kwamba, tafsiri hii ya *Alisi Ndani ya Nchi ya Ajabu* ilinifurahisha sana na nilifarajika sana kuifanya. Lakini pia ilikuwa ni kazi nzito, haswa kwa ajili ya mantiki na upuuzi uliozagaa kitabuni. Nikagundua kwamba ilinibidi nielewe matukio na maneno halafu ndipo niyafahamishe matukio hayo kwani hayangeleta maana katika Kiswahili. Na hapa ndipo nilipobahatika kuwa na mchapishaji mzuri, Michael Everson, ambaye kwa mfano, alinionesha kuchezea kwa maneno kulikofanywa kitabuni, na kunisaidia katika kupata masuluhisho ambayo niliyapata kwa msaada wa wazazi wangu, Salha Hamdani na Georgios Hadjivayanis. Ninalo deni kubwa kwao, sio tu kuhusiana na kugundua kuchezewa kwa maneno lakini pia kusoma na kusahihisha tafsiri hii.

Mfano wa haraka wa maamuzi ambayo ilinibidi kufanya yapo Sehemu ya IX. Nimetafsiri neno *Uglification* (mchezo wa neno *Multiplication* lenye maana "kuzidisha" katika hisabati) kuwa *Kuchangamsha*. Ilibidi neno hili la kihisabati liwe na maana tofauti na neno lingine, mimi nikachagua neno Kuboa. Kwa hivyo, Uglification limewekwa dhidi ya Beautify katika Kiingereza, na katika Kiswahili nimeweka Kuchangamsha kuwa dhidi ya Kuboa. Ninakumbuka nilipokuwa mdogo katika somo la hisabati walimu wa hisabati walipoingia tu darasani walianza kwa kutuchangamsha kwa kutuuliza maswali ya kuzidisha. Pia, maneno ya Kiingereza, *Laughing* na *Grief* yamepangwa kusimamia *Latin* (Kilatini) na *Greek* (Kigiriki), Mimi nimetafsiri haya kama Kilaini na Kudiriki. Huu ni mchezo mzuri wa maneno haya kwani tukiyaunganisha, tunaweza kupata maneno yanayohusu tafsiri hii kwani kazi hii "imediriki kilaini".

Hiki ni kitabu chenye umuhimu mkubwa na kinachohusiana na utamaduni wa magharibi. Kuifahamu dunia, inatubidi tujue na tuelewe yetu, na ya wengine. Ninategemea kwamba wasomaji watafurahia kitabu hiki na watakikubali kama johari muhimu.

Ida Hadjivayanis
London, tarehe 28 Julai 2015

Foreword

Lewis Carroll is a pen-name: Charles Lutwidge Dodgson was the author's real name and he was lecturer in Mathematics in Christ Church, Oxford. Dodgson began the story on 4 July 1862, when he took a journey in a rowing boat on the river Thames in Oxford together with the Reverend Robinson Duckworth, with Alice Liddell (ten years of age) the daughter of the Dean of Christ Church, and with her two sisters, Lorina (thirteen years of age), and Edith (eight years of age). As is clear from the poem at the beginning of the book, the three girls asked Dodgson for a story and reluctantly at first he began to tell the first version of the story to them. There are many half-hidden references made to the five of them throughout the text of the book itself, which was published finally in 1865.

The first Swahili translation of *Alice's Adventures in Wonderland* appeared in 1940 with the title *Elisi katika nchi ya Ajabu.*[1] This work was to be part of a body of Swahili literary translations that had the role of disseminating a new standard Swahili. It must however be noted that, unlike most

1 Carroll, Lewis. 1966. *Elisi katika nchi ya Ajabu.* Imetafsiriwa na St Lo de Malet. London: The Sheldon Press.

translations into Swahili which were commissioned by the Inter-territorial language committee, the translation was self-commissioned. The translator, Ermyntrude Virginia St. Lo Malet (Conan-Davies) presented Alice as a little Swahili girl so as to make her more accessible to the Swahili children who would have had very little knowledge of English children and their western lives (confirmed through my communication with Meredith, her daughter).

Discussing the translation, Ermyntrude had written a letter to one of her critics, Mr Weaver dated 16 May 1965, in which she writes that she had "picked on it to translate—more or less as an exercise, because—far from appearing to me to be untranslatable—it seemed highly translatable into the language of a child race. There are so few Europeanisms in it. And as for the play on words—well as you noted—I made no great effort to go in for it" (Imholtz, 2000).[2]

It is true that there isn't an abundance of Europeanisms in the text, but the content of the text is European, ranging from hair described as having ringlets to historical narrations about William the Conqueror; these things are not easily translatable into Swahili. A good example is the food: treacle, tarts, pies, and marmalade are not particularly easy to render into Swahili. I resorted to either explaining the terms, italicizing the English and where I could, I made the terms sound Swahili. I believe that the world has become pretty small and those who will read this book will have various means of accessing these foods, one way being at least through looking at internet images.

Similarly, there are animals that do not exist in Swahili. The first obviously being the Gryphon whose name I translated as Simba-Mwewe (Lion-Eagle). Also the Dodo whom I have named Bata-Dodo; the word *bata* means 'duck',

---

2 Imholtz, A. 2000. 'Excerpt from Imhotz talk on Weaver', Humanities Research Center, University of Texas, Austin

and we have a lot of ducks in Swahili. For instance we have *Bata-Bukini*, 'goose', and *Bata-Mzinga* 'turkey'. And so this translation introduces *Bata-Dodo*. The dormouse whom Ermyntrude translated as *komba* 'bush-baby', I have kept as a tiny mouse, *kipanya*. Different from the previous translation, I endeavoured to keep Alice in England where she is British. Also, although not always possible, but I have tried to replicate Carroll's writing. I have therefore retained the characteristic long sentences formed from the piling up of clauses punctuated by colons and semi-colons and the dash. I hope these will not be too perplexing in Swahili.

I have not Swahilized Alice herself. This has not been easy. And since I did not want the book to be awkward and tiresome, I had to think out of the box a few times, for example there are a few instances where Alice specifically refers to the word "English". This often happens when there is some form of confusion and a character is asked to clarify by speaking English. It would of course be maladroit for a child to read *ongea Kiingereza* 'speak English' while reading a Swahili text! Therefore, I opted to use the term *lugha yetu* 'our language', a very communal term that also does not uplift Alice. I have named our heroine Alisi which is much closer than Elisi in orthography and phonetics to the English Alice.

The images in the 1940 Swahili translation are Swahilized. Elisi is wearing a piece of cloth across her chest, most probably a *kanga* cloth. Her hair is braided into tight rows and she is barefoot. In contrast, the 1940 book renames the Duchess as *Mama-Mkubwa* 'elder-mother' while retaining her European attire. I have kept her here as she appears in the original. This is because we do not have peerage in Swahili, and I did not want to change and give her a different role. An interesting point about the images of the 1940 translation is included in my PhD thesis where I write, "we find that, although all the characters have been made Swahili, wearing long white robes and the Swahili hats, *tarabushi*, nevertheless, the very first page contains a picture of an African looking girl wearing a piece of cloth across her chest, looking at the Queen of hearts in her imperial court. She is dressed in a gown, the image of Queen Victoria, seated in her very English court with her courtiers and the King of hearts are all wearing wigs and looking like members of the British monarchy. One may interpret this as a typical orientalist image where the Queen can be no other but Queen Victoria look-alike." (Hadjivayanis, 2011:215)[3]

Lastly, I wish to mention a few people. Jon Lindseth started the ball rolling by asking me to initially take part in *Alice in a World of Wonderlands* where I contributed through the Swahili section, and then he asked whether I would be interested in translating the entire book into Swahili. I did!—and I must say, translating the current *Alisi Ndani ya Nchi ya Ajabu* was a lot of fun and I truly enjoyed doing it. But it was also an arduous task, largely due to the interplay between logic and nonsense. I found that I had to understand and then explain a number of events since they would not make sense in Swahili. And this is where I was lucky to have a great publisher in Michael Everson, for instance, he pointed out the puns in the book, offering possible solutions for which I then called on to the help of my parents, Salha Hamdani and Georgios Hadjivayanis. I am highly indebted to them for their help in not only discovering equivalent puns but also in the general proof-reading of the text.

Quick examples of the kinds of choices that I had to make are in Chapter IX. I translated the word *Uglification* (a pun on *Multiplication*) as *Kuchangamsha* 'to stimulate'. Interestingly, this term is often used in class by Maths teachers; I

3 Hadjivayanis, Ida. 2011. *Norms of Swahili Translations in Tanzania: An Analysis of Selected Translated Prose*. PhD Thesis, SOAS (School of Oriental and African Studies)

actually remember during my childhood having our Maths teacher walking into class and always wanting to "stimulate" us first thing in the morning by throwing random multiplications at us. It also makes perfect sense in this instance since it is the opposite of *kuboa* 'to bore'. And so uglification and beautify are rendered as 'stimulate' and 'bore'. Similarly Laughing and Grief which are puns for Latin (*Kilatini*) and Greek (*Kigiriki*), I translated as *Kilaini* and *Kudiriki*. These words are great puns and also put together they mean 'softly daring', which is what this translation is to me.

I hope readers will enjoy reading this book, and I hope they will adopt and embrace it for the important classic that it is.

Ida Hadjivayanis
London, 28 July 2015

Alisi Ndani ya Nchi ya Ajabu

Yaliyomo

Wote katika mwangaza wa mchana
  Kwa raha zetu twateleza;
Kwa makasia yetu mawili, na ujuzi mduchu,
  Kwa kuikunja mikono midogo,
Mikono midogo ikijishaua bure
  Uzururaji wetu kuuongoza.

Ah, watundu watatu! Katika wakati kama huu,
  Chini ya hali ya hewa ya kinjozi,
Kubembelezea hadithi kwa pumzi legevu
  Kusisimua ubawa mduchu!
Lakini masikini sauti moja itafaa nini
  Dhidi ya ndimi tatu zenye umoja?

Bibie wa Kwanza akurupuka
  Amri yake "uianze":
Kwa upole zaidi, wa Pili atumaini
  "Kutakuwa na upuuzi ndani yake!"
Wakati wa Tatu aiingilia hadithi
  Kutozidi mara moja kwa kila dakika.

Punde, kwa kimya cha ghafla washinda,
  Kwa ubunifu waendelea
Mwana wa njozi akijitembeza katika nchi
  Ya maajabu mapya na yasiyo na mpango,
Akizungumza kwa furaha na ndege au wanyama—
  Huku nusu aamini kama hayo ni kweli.

Na milele, vile hadithi ilivyovuta
  Visima vya ubunifu vikakauka,
Na pole pole kupambana na yule mchovu
  Kuelekeza dhana katika kunena,
"yaliyosalia hadi wakati mwingine—" "Huu ndiyo
  wakati mwingine!"
  Sauti zenye furaha zilishadidia.

Hivyo ndivyo ilivyokua hadithi ya nchi ya maajabu:
  Hivyo, pole pole, moja baada ya nyingine,
Matukio yake yenye kuvutia yalijitokeza—
  Na sasa hadithi imekwisha,
Na nyumbani tunarudi, kundi lenye furaha,
  Chini ya jua lichwalo.

Alisi! Hadithi yenye mwelekeo wa kitoto,
  Na kwa mkono latifu
Ilaze pale ambapo njozi za kitoto zasokotwa
  Katika kamba ya kumbukumbu za kimiujiza,
Kama shada la maua ya mahujaji yaliyonyauka
  Ambayo waliyachuma nchi ya mbali.

Sehemu ya I

Mporomoko ndani ya shimo la Sungura

Alisi alianza kuchoka sana kutokana na kukaa kando ya dada yake pembezoni mwa mto, na kwa kutokuwa na la kufanya: mara moja moja alichungulia ndani ya kitabu ambacho dada yake alikuwa akisoma lakini hakikuwa na picha wala mazungumzo, "na nini faida ya kitabu," alijiwazia Alisi, "bila ya picha au mazungumzo?"

Kwa hivyo aliwaza kimoyomoyo (kwa kadiri ya uwezo wake, kwani siku hiyo iliyokuwa na joto na iliyomfanya ajihisi aliyekuwa na usingizi na pia mpuuzi), kama raha ya kutunga koja la maua meupe na ya manjano yaitwayo daisy, ingefidia usumbufu wa kuamka na kuyachuma maua hayo, ambapo ghafla Sungura Mweupe mwenye macho ya waridi alikimbia karibu yake.

Hakukuwa na la kustaajabisha sana katika hilo; na wala Alisi hakufikiri kwamba ilikuwa pasipo kawaida sana kumsikia Sungura yule akijiambia, "Masikini we! Masikini we! Nitachelewa mno!" (alipoliwaza jambo hili hapo baadaye, ilimjia fikra kwamba angalitakiwa alishangae jambo hili, lakini wakati ule lilionekana la kawaida tu); lakini pale Sungura alipochukua saa kutoka katika mfuko wa kizibao chake, na kuiangalia, na baadaye kuwahi mbele, Alisi alisimama, kwani ilimpitikia katika akili yake kwamba hakuwahi kamwe kumwona sungura mwenye mfuko katika kizibao, au saa anayoitoa humo, na akiwa amejaa shauku, alimkimbilia na kuvuka uwanja, na kuwahi kumwona akitumbukia ndani ya shimo kubwa la sungura lililokuwa chini ya safu ya miti iliyooteshwa.

Papo hapo Alisi alimfuata bila kutafakari hata kwa sekunde moja jinsi gani angaliweza kutoka nje tena.

Shimo la sungura lilinyooka moja kwa moja kama njia yenye upenyo wa chini kwa chini, halafu ghafla lilipinda kwa kushuka, kwa ghafla kiasi kwamba Alisi hakupata hata muda wa kuwaza jinsi ya kuizuia nafsi yake kabla ya kujikuta akiporomoka ndani ya kisima kirefu sana.

Ama kisima kilikuwa kirefu sana, au Alisi alidondoka pole pole sana, kwani alikuwa na muda wa kutosha, wakati akiporomoka, kuangalia huku na kule, na kujiuliza kipi kitatokea baada ya hapo. Kwanza, alijaribu kuangalia chini ili kuona anakoelekea, lakini giza lilikuwa totoro na hakuweza kuona chochote; halafu akaangalia pande za kisima, na kuona kwamba zilikuwa zimejaa makabati na rafu: hapa na pale aliona ramani na picha zilizotundikwa kwa pini za kuanikia. Alichukua kigudulia kutoka katika rafu moja wakati akipita: kilikuwa kimeandikwa "MAMALEDI YA MACHUNGWA", lakini kwa masikitiko makubwa aligundua kwamba kigudulia hicho kilikuwa kitupu: hakutaka kukitupa tu kwa kuogopa kisije kumwua mtu huko chini, basi alifanikiwa kukiweka katika kabati mojawapo wakati akilipita katika kuporomoka kwake.

"Sasa basi," alijiwazia Alisi, "baada ya mwanguko kama huu, sitasumbuliwa na kuanguka ngazini! Ujasiri gani nitaonesha watu wote nyumbani! Tena basi, sitasema chochote, hata kama nikianguka kutoka katika dari la nyumba!" (Jambo ambalo kweli lingewezekana kutokea.)

Chini, chini, chini. Huu mwanguko hautakuwa na kikomo kamwe? "Najiuliza maili ngapi nimeshaanguka hadi sasa?" akasema kwa kelele. "Lazima ninakaribia sehemu fulani katikati ya dunia. Hebu nione: hiyo itakuwa maili elfu nne chini, ninadhani—" (kwani, unajua, Alisi alikuwa amejifunza mambo mengi kama hayo katika masomo yake darasani, na ingawa huo haukuwa wakati mzuri sana wa kujionyesha ujuzi wake, kwa sababu hakukuwa na mtu wa kumsikiliza, hata hivyo, ilikuwa zoezi zuri kurudia) "—ndiyo, haya ndiyo masafa sawasawa—lakini sasa najiuliza, nimefikia latitudo au longitudo ngapi?" (Alisi hakujua kabisa latitudo ni kitu gani na wala longitudo, lakini alifikiri kwamba haya yalikuwa maneno mazuri na makubwa kuyatamka.)

Papo hapo akaanza tena, "Najiuliza kama nitaanguka moja kwa moja katikati ya dunia. Itaonekana kichekesho kutokelezea upande wa pili kati ya watu wanaotembea vichwa chini! Nadhani wanaitwa Antipathies yaani Wakeraji—" (alifurahia kwamba hakukuwapo yeyote kumsikiliza, safari hii, kwani neno hilo hakulihisi kuwa sahihi) "—ila itanibidi kuwauliza jina la nchi hiyo, unajua. Tafadhali, Bibie, je hapa ni NewZealand au Australia?" (na alijaribu kutoa heshima kwa kukunja goti wakati akiongea—hebu fikiri kukunja goti unapoanguka ukiwa hewani! Unadhani unaweza kufanya hilo?) "Na Bibie huyo ataniona mtoto wa kike mjinga kabisa kwa kuuliza! Hapana, haitofaa kamwe kuuliza: labda nitaona jina limeandikwa mahali."

Chini, chini, chini. Hakukuwa na chochote kingine cha kufanya, kwa hivyo baada ya muda mchache tu Alisi alianza kuzungumza tena. "Dinah atanikosa mno leo usiku, ninadhani!" (Dinah alikuwa paka.) "Dinah, mpendwa wangu! Nina hamu ungekuwa huku chini pamoja na mimi! Hakuna panya hewani, ninasikitika, lakini unaweza kukamata popo, na huyo ni kama panya, unajua. Lakini, je paka hula popo, ninajiwazia?" Na hapo Alisi alianza kuhisi usingizi, na akaendelea kujiambia, huku akiwa kama katika njozi, "Je paka hula popo? Je paka hula popo?" na wakati mwingine, "Je popo hula paka?" kwani, unaona, haidhuru aliyapanga vipi maswali haya, kwani alishindwa kujibu hata mojawapo. Alijihisi kama mwenye kusinzia, na aliyeanza tu kuota kuwa alikuwa akitembea na Dinah huku wameshikana mikono, na anamwambia, kwa dhati, "Sasa, Dinah, niambie ukweli: umeshawahi kula popo?" ambapo ghafla, puu! puu! chini alidondokea vijiti na majani makavu, na mwanguko ulifikia kikomo.

Alisi hakuumia hata kidogo, na punde tu alisimama: aliangalia juu, lakini ilikuwa giza juu yake: mbele yake kulikuwa na kijia kirefu, na yule Sungura Mweupe alikuwa bado mbele yake, katika upeo wa macho yake, kijiani humo; akiharakisha kuwahi. Hakukuwa na muda wowote wa kupoteza, kama upepo Alisi alimwandama, na kuipata fursa ya kumsikia Sungura, wakati akipinda kona akinena, “Loh masikio yangu, Loh masharubu yangu, muda umesonga mbele!” Alisi alimkaribia sana na kuwa nyuma yake tu alipoipinda ile kona, lakini Sungura hakuonekana tena: akajikuta katika ukumbi mrefu wenye dari fupi lililokuwa limeangazwa na mstari wa taa zilizotundikwa.

Kulikuwa na milango kuzunguka ukumbi, lakini yote ilikuwa imefungwa; na baada ya Alisi kujaribu kufungua milango yote ya upande mmoja na kurudi huku akiijaribu ya upande wa pili, kila mlango aliujaribu, mwishowe kwa masikitiko alitembea katikati ya ukumbi akijiuliza vipi angeweza kutoka tena nje ya sehemu hiyo.

Ghafla akajikuta ameifikia meza yenye miguu mitatu, yote imejengwa kwa vigae imara: hakukuwa na chochote juu yake zaidi ya kiufunguo kiduchu cha dhahabu, na fikra ya kwanza ya Alisi ilikuwa kwamba ulimilikiwa na mlango mmoja wapo katika ukumbi ule; lakini, haikuwa hivyo! Au vitasa vilikuwa vikubwa mno, au ufunguo ulikuwa mdogo mno, lakini kwa vyovyote, haukufungua mlango wowote. Hata hivyo, alipozunguka mara ya pili, alikuta pazia fupi ambalo hakuliona kabla ya hapo, na nyuma yake kulikuwa na mlango mdogo wa takriban inchi kumi na tano: akajaribu kuuweka ule ufunguo wa dhahabu katika kitasa, na kwa furaha ulitosha!

Alisi alifungua mlango na kukuta kwamba ulifunguka katika kijia kidogo, si kikubwa zaidi ya shimo la panya: alichuchumaa na kuona kijia kilielekea katika bustani nzuri kuliko zote ambazo umeshawahi kuziona. Sasa alitamani mno kutoka nje ya ukumbi ule wenye giza na kutembea katika matuta ya maua yenye rangi rangi na chemchem za maji baridi, lakini hakuweza hata kupitisha kichwa chake katika upenyo wa mlango; "na hata kama kichwa changu kingeweza kupenya," aliwaza Alisi masikini, "haitakuwa na faida yoyote bila ya mabega yangu. Ah jinsi gani ningalipenda kama ningaliweza kufupika kama darubini yenye kioo kimoja! Ninadhani ningeweza, laiti ningalijua nianzie wapi." Kwa sababu, unajua, mambo mengi yasiyo ya kawaida yamekuwa yakitokea hivi karibuni, hata Alisi alianza kuwaza kuwa ni mambo machache sana ambayo hayangewezekana kabisa.

Ilionekana kwamba hakukuwa na maana yoyote ya kusubiri kando ya kilango, kwa hivyo alirudi mezani, huku akitamani kukuta ufunguo mwengine juu yake, au hata labda kitabu cha sheria za kuwakunja watu kama darubini inavyokunjwa: safari hii alikuta kichupa kidogo juu yake, ("ambacho hakika hakukuwapo hapa hapo awali," alisema Alisi), na katika shingo ya chupa kulibandikwa kikaratasi kilichokuwa na neno hili "NINYWE", ambalo lilichapwa vizuri kwa herufi kuu.

Ilikuwa ni vizuri tu kusema "Ninywe", lakini Alisi mwenye busara hakutaka kufanya hivyo kwa papara. "Hapana, nitaangalia kwanza," alisema "na kuona kama imebandikwa 'sumu' au la"; kwani alishasoma hadithi nyingi nzuri fupi fupi kuhusu watoto ambao waliungua, na kuliwa na wanyama pori na mambo mengine yasiyofurahisha, yote kwa sababu hawakuweza kukumbuka sheria nyepesi ambazo rafiki zao waliwafundisha: kama vile, msumari mrefu wa chuma uliogeuka kuwa mwekundu kwa kuunguzwa, utakuunguza kama ukiushika kwa muda mrefu; na kwamba, kama ukikata kidole chako sana kwa kisu, kwa kawaida hutoka damu; na hakusahau hilo, kama ukinywa sana kutoka katika chupa iliyoandikwa "sumu", ni hakika itakudhuru, hapo hapo au baadaye.

Lakini, chupa hii haikuwa imeandikwa "sumu", kwa hivyo Alisi alijitosa kuionja, na, kukuta ni nzuri mno (ilikuwa, kwa hakika, na ladha ya mchanganyiko wa vileja vilivyowekewa matunda mekundu ya cheri kwa juu, faluda, nanasi, bata mzinga wa kuokwa, peremende ya tofi na mkate wa tosti wenye siagi), aliimaliza haraka sana.

"Hisia gani ya ajabu!" alisema Alisi. "Lazima ninakunjika kama darubini."

Naam, ni kweli ilikuwa: alikuwa sasa ana urefu wa inchi kumi tu, na uso wake ulinawiri alipofikiria kuwa alikuwa sasa ana ukubwa uliofaa kupita katika kile kilango na kuingia katika bustani ya kupendeza. Kwanza, hata hivyo, alisubiri kwa dakika chache ili kuona kama angefupika zaidi: alihisi wasiwasi kuhusu jambo hilo; "kwani ingeweza kufika mwisho, unajua," alijiambia Alisi "mwisho kuwa mimi kuisha kabisa, kama mshumaa. Ninawaza, ningekuwa kama nini wakati huo?" na akajaribu kushabihisha jinsi ulimi wa moto wa mshumaa unavyokuwa baada ya mshumaa kuzimwa, kwani hakuweza kukumbuka kamwe kama alishawahi kuona jambo hilo.

Baada ya muda, alipoona kuwa hakuna kilichotokea, aliamua kuenda katika bustani hapo hapo; lakini, kumbe masikini Alisi! Alipofika mlangoni alijikuta ameusahau ule ufunguo mdogo wa dhahabu, na alipourudia mezani, alijikuta kuwa hakukuwa na uwezekano wa kuufikia: aliweza kuuona wazi wazi kwa kupitia kioo, na alijaribu kama alivyoweza kuukwea mguu mmoja wapo wa ile meza, lakini uliteleza mno; na alipochoshwa na jitihada yake ya kujaribu kuukwea, masikini Alisi wa watu aliketi na kulia.

"Hebu sasa, hakuna haja ya kulia kama hivyo!" alijiambia Alisi, kwa hamaki. "Ninakushauri uwache dakika hii!" Kwa kawaida alijishauri vizuri sana (ingawa aliufuatilia ushauri huo kwa nadra sana), na wakati mwingine alijigombeza kwa ukali kiasi cha kufanya machozi yamtoke; na wakati mmoja alikumbuka kuwa alijaribu kujichapa masikio yake mwenyewe baada ya kujilaghai katika mchezo wa krokei ambao alijichezesha peke yake, kwani mtoto huyu mdadisi alipendelea sana kujidai kuwa watu wawili. "Lakini haina maana sasa," aliwaza Alisi masikini, "kujidai kuwa watu wawili! Hebu ona, hakuna hata mimi mwenyewe wa kutosha kufanya mtu mmoja wa kuheshimika!"

Baada ya muda alitupia jicho lake katika boksi la kigae ambalo lilikuwa limelazwa chini ya meza: akalifungua, na kukuta ndani yake keki ndogo sana, juu yake, kwa kutumia zabibu kavu, paliandikwa neno "NILE" kwa hati nzuri. "Basi, nitaila," alisema Alisi, "na kama itanifanya nikue mkubwa zaidi, nitaufikia ufunguo; na kama itanifanya niwe mdogo zaidi, nitaweza kupenya chini ya mlango; kwa hivyo, kwa vyovyote nitaingia bustanini, na sijali lipi litakalotokea!"

Akala kidogo, na kujiambia kwa wasiwasi, "Vipi? Vipi?" akishika mkono wake juu ya kichwa chake ili kuhisi kilikuwa kinakua kivipi; na alishangaa kuona kuwa kilibakia kipimo kile kile. Kwa hakika, jambo hili hutokea mtu alapo keki; lakini Alisi alishazoea kutegemea mambo yasiyo ya kawaida kutokea, hata ilikuwa doro na upuuzi kwa maisha kuendelea katika njia ya kawaida.

Basi akaanza kazi, na punde si punde alimaliza kula keki.

*   *   *   *
    *   *   *
*   *   *   *

SEHEMU YA II

Dimbwi la Machozi

"Ajabu ya Maajabu!" alipaza sauti Alisi (alikuwa amestaajabu mno, kiasi cha kwamba kwa muda kidogo alisahau hata kuongea lugha yake fasihi). "Sasa ninafunguka kama darubini yenye ukubwa ambao haujapata kutokea! Kwa heri, miguu!" (kwani alipotazama chini katika miguu yake, ilionekana kama iliyopotea katika upeo wa macho yake, ilikuwa ikionekana mbali sana). "Masikini miguu yangu miduchu, wapenzi wangu, ninajiuliza nani ataweza kuwavalisha viatu vyenu na stokingi zenu hivi sasa? Nina uhakika Mimi sitamudu! Nitakuwa mbali mno kujisumbua kuhusu nyinyi: itabidi mjitahidi kadiri mtakavyoweza—lakini ni lazima niwe mwema kwao," aliwaza Alisi, "au pengine hawatakubali kutembea ninavyotaka kuenda! Hebu nione. Nitawapa viatu vipya vya mabuti kila mwaka kama zawadi ya krismasi."

Na akaendelea kujipangia jinsi ambavyo angeweza kufanikiwa kupelekea miguu zawadi. "Itabidi itumwe kwa usafiri," aliwaza; "na itaonekana kichekesho, kujipelekea zawadi katika miguu! Na maelekezo ya njia yataonekana kama vioja!

Kwa Bi, Mguu wa Kulia wa Alisi
Aliyepo zuliani mbele ya dohani,
Kando ya chuma cha kukinga moto,
(wako akupendaye, Alisi)

Jamani, upuuzi gani ninaongea!"

Hapo hapo kichwa chake kikagonga dari la ukumbi: kwa hakika alikuwa sasa mrefu zaidi ya futi tisa, na bila ya kusita akauchukua ufunguo mdogo wa dhahabu na kukimbilia mlango wa bustani.

Masikini Alisi! Ni jambo hili tu aliloweza kufanya, kujilalia kifudifudi kwa upande mmoja huku akitazama bustani kwa jicho moja; lakini hakukuwa na matumaini yoyote ya kuingia: akakaa na kuanza kulia tena.

"Hebu ujionee aibu sasa," alijilaumu Alisi, "msichana mzuri kama wewe" (ni bora tu ajiambie hivyo), "kuendelea kulia hivi! Acha sasa hivi, ninakuambia!" Lakini hata hivyo akaendelea tu, kutoa madebe ya machozi, hadi kukawa na dimbwi kubwa lililomzunguka, lenye urefu uliopata kama inchi nne hivi na lililofika hadi nusu ya ukumbi.

Baada ya muda akasikia vishindo vya miguu kwa mbali, akafuta machozi yake haraka sana ili kuona nini kilikuwa kinakuja. Ilikuwa ni

Sungura Mweupe akirudi, kavalia hasa, akiwa ameshika glovu nyeupe zenye ngozi nyororo katika mkono mmoja na upepeo mkubwa katika mkono mwingine: alikuja akikimbia kwa haraka sana, huku akijinong'oneza "Oh! Duchess, Duchess! Oh! Atapandwaje na ghadhabu sasa kama nikimsubirisha!" Alisi alijihisi kukata tamaa hata akawa tayari kuomba msaada kwa yeyote: kwa hivyo Sungura alipomkaribia, akaanza, kwa sauti ya chini, yenye haya, "Samahani, Bwana—" Sungura alishtuka mno, akaangusha glovu zile nyeupe za ngozi nyororo na upepeo, na kukimbia haraka alivyoweza akitokomea gizani.

Alisi aliokota upepeo na glovu, na kwa vile ukumbi ulikuwa na joto sana, akajipepea muda wote na kuendelea kuongea. "Jamani, jamani! Mambo yote ya kiajabu ajabu leo! Na jana mambo yalikuwa kama kawaida tu. Ninawaza kama nilibadilishwa usiku? Hebu nifikiri: *nilikuwa* wa kawaida nilipoamka leo asubuhi? Ninahisi kama vile inawezekana nilijihisi tofauti. Lakini kama mimi siye wa kawaida, swali linalofuata ni 'Mimi ni nani hapa duniani?' Ah, *hilo* ndilo fumbo kubwa!" na akaanza kuwafikiria watoto wote aliowajua waliokuwa na umri sawa na yeye mwenyewe, ili aone kama alibadilishwa kuwa mmoja kati ya hao.

"Nina uhakika mimi si Ada," alisema, "kwani nywele zake ndefu zimejisokota na zangu hazina vipete vilivyojisokota kabisa: na nina uhakika siwezi kuwa Mabel, kwani ninajua vitu vingi tofauti, na yeye, oh, anajua vitu vichache mno! Na hata hivyo *yeye* ni yeye, na *mimi* ni mimi, na—jamani, mbona maajabu haya! Hebu nijaribu kuona kama ninajua mambo yote niliyokuwa nikiyajua. Hebu nione: Nne mara tano ni kumi na mbili, na nne mara sita ni kumi na tatu, na nne mara saba ni—Jamani! Mbona sitaweza kufikia namba ishirini kama nitaendelea hivi! Hata hivyo, jedwali la hesabu za kuzidisha halina uhusiano: hebu tujaribu Jiografia. London ni mji mkuu wa Paris, na Paris ni mji mkuu wa Roma, na Roma—hapana, *hiyo* yote si sawa, nina uhakika! Lazima nilibadilishwa kuwa Mabel! Nitajaribu kusema shairi la '*Ni vipi mamba mdogo—*'," na akakunja mikono yake katika mapaja kama anayesoma masomo, na akaanza kurudia, lakini sauti yake ilisikika kama nzito na ya ajabu, na maneno hayakutoka kama yalivyokuwa yakitoka awali:—

"Ni vipi mamba mdogo
huboresha mkia wake ung'aao
Na kumwaga maji ya mto Nile
Katika kila gamba la dhahabu!

Kwa furaha anaonekana akikenua
Yamejisambaza makucha kwa kupangwa
Na kuwakaribisha ndani samaki wadogo
Ndani ya pango la kinywa kinachotabasamu kwa upole!"

"Nina uhakika hayo maneno si sawa," masikini Alisi alisema, na macho yake yakajaa machozi tena huku akiendelea, "ni lazima nimekuwa Mabel, na itanibidi nikaishi katika kile kijumba kiduchu, na itakuwa nusura nisiwe na wanasesere na vitu vya michezo kwa kuchezea, na, Oh, itanibidi kujisomea masomo mengi kweli! La, nimeamua: Kama mimi ni Mabel, basi nitabaki huku huku chini! Wala haitasaidia kitu kama watu watakuchungulia huku kwa vichwa vyao na kusema 'Njoo huku juu tena, mpenzi!' Mimi nitatazama juu na kusema 'Basi mimi ni nani? Kwanza niambieni hilo, halafu, kama ninampenda mtu huyo, nitarudi juu: kama sio, nitabaki huku hadi pale nitakapokuwa mtu mwingine'—lakini, Oh jamani!" alilia Alisi, huku machozi yakifurumuka kwa ghafla, "ningalipenda kama wangalichungulia chini kwa vichwa vyao! Nimechoka *sana* kuwa peke yangu humu!"

Alipokuwa akisema hivi aliangalia chini katika mikono yake, na akashangaa kuona kuwa alivaa mojawapo ya zile glovu nyeupe zenye ngozi nyororo alipokuwa akiongea. "*Vipi* ningefanya hivyo?" aliwaza. "Ni lazima ninakuwa mdogo tena." Alisimama na kuenda katika ile meza ili ajipime, na kukuta kuwa, kwa kadiri ambavyo angaliweza kukisia, hivi sasa alikuwa na urefu wa futi mbili, na alizidi kufupika kwa haraka: kwa haraka aligundua kuwa chanzo cha jambo hilo ilikuwa ni upepeo aliokuwa ameushika, upesi upesi akautupilia mbali, na kuwahi kutokufupika hadi kupotea kabisa moja kwa moja.

"Hapo nimeponea chupu chupu!" alisema Alisi, akiwa anaogopa hasa kuona mabadiliko yale ya ghafla, lakini akiwa na furaha kuona kuwa bado alikuwa akiishi. "Na sasa nikimbilie bustanini!" na alikimbia, kwa nguvu zake zote kurudi katika kile kilango kidogo; lakini, Bure tu! Ule mlango mdogo ulikuwa umefungwa tena, na ule ufunguo mdogo wa dhahabu ulikuwa juu ya meza ya kigae kama pale awali, "sasa mambo yamekuwa mabaya zaidi," aliwaza masikini mtoto yule, "kwa sababu sijapata kuwa mdogo kiasi hiki hapo awali, kamwe! Na ninatamka kwamba hili ni jambo baya, hivyo ndivyo ilivyo!"

Alipokuwa akiyasema maneno haya, mguu wake uliteleza, na papo hapo, puu! Alijikuta maji ya chumvi yamemfikia kidevuni. Wazo lake la kwanza lilikuwa kwamba kwa namna moja au nyingine ameporomoka ndani ya bahari, "na kwa hivyo basi nitarudi kwa njia ya reli," alijiambia. (Alisi alishawahi kuenda baharini mara moja katika maisha yake, na kiujumla alikuwa na maoni ya kuwa, popote uendapo katika ukingo wa pwani huko Uingereza, utakuta mashine nyingi za kuogelea baharini, watoto wachache wakichimba mchangani kwa kutumia sepeto za mbao, pia msururu wa nyumba za kukodi kwa mapumziko, na nyuma yao huwapo stesheni ya reli. Hata hivyo, baada ya muda mfupi aligundua kwamba alikuwa katika dimbwi la machozi ambayo yalimchuruzika alipokuwa na urefu wa futi tisa.

"Ninatamani kama nisingalilia kiasi hiki!" alisema Alisi, wakati akiogelea, huku akijaribu kutafuta njia ya kutoka. "Sasa nitaadhibiwa kwa jambo hilo, ninadhani, kwa kuzama ndani ya machozi yangu mwenyewe! Hilo *litakuwa* jambo la ajabu, kwa hakika! Hata hivyo, kila kitu kinastaajabisha leo."

Papo hapo, kwa mbali kidogo alisikia kitu kinarusha rusha maji dibwini, akaogelea kukisogelea ili aone kilikuwa kitu gani: mwanzoni alihisi kuwa labda ni sili wa bahari mwenye pembe au kiboko, lakini akakumbuka udogo wake yeye mwenyewe hivi sasa, na muda si mrefu akagundua kuwa ilikuwa ni panya tu ambaye aliteleza majini kama yeye mwenyewe.

"Itakuwa na maana yoyote sasa," aliwaza Alisi, "kuongea na panya huyu? Kila kitu ni tofauti-tofauti huku chini, kiasi cha kuwa inawezekana kuwa anaweza kuongea: kwa vyovyote, hakuna ubaya kujaribu." Hivyo akaanza: "Ewe Panya, unajua njia ya kutoka nje ya dimbwi hili? Nimechoka sana kuogelea humu, Ewe Panya!" (Alisi aliwaza kuwa hii ndiyo njia inayofaa ya kumwongelesha panya: kamwe hakuwahi kufanya jambo hilo hapo awali, lakini alikumbuka kuona katika kitabu cha kaka yake cha sarufi ya Kilatini, "Panya—wa panya—kwa panya—panya—ewe panya!" Panya alimwangalia kwa udadisi, na alionekana kama vile aliyemkonyeza kwa kijicho chake kimoja kidogo, lakini hakusema chochote.

"Labda haelewi lugha yetu," aliwaza Alisi; "Bila shaka huyu ni panya Mfaransa, aliyekuja huku na William Mvamizi aliyetawala Uingereza hapo awali." (Kwani ingawa ujuzi wake wa kihistoria haukuwa mdogo, Alisi hakujua kwa uhakika wakati haswa wa mambo yaliyotokea zamani.) Kwa hivyo akaanza upya kusema kwa Kifaransa "Où est ma chatte?", ambayo ilikuwa ni sentensi ya kwanza katika kitabu chake cha masomo ya Kifaransa. Panya aliruka ghafla nje ya maji, na kuonekena akitetemeka mwili mzima kwa woga. "Loh, niwie radhi!" alisema Alisi kwa sauti ya juu, akiogopa kuwa alishamkera na kuumiza hisia za mnyama yule masikini. "Nilijisahaulia kuwa hupendi paka."

"Kutopenda paka!" Panya alisema kwa ukulele uliojaa hisia. "Ungewapenda paka kama ungekuwa mimi?"

"Kwa hakika, labda hapana," alisema Alisi kwa sauti nyororo: "usikasirikie jambo hili. Lakini hata hivyo ninatamani ningekuonyesha paka wetu Dinah: ninadhani ungewapenda paka kama ungaliweza kumwona tu. Ni mpole na mwenye mapenzi," aliendelea Alisi, nusu akijiambia mwenyewe, huku akiogelea dimbwini kiuvivu, "na hukaa kitako pembeni ya moto huku akinguruma na kujiramba mikono na uso wake—na pia ni murua sana kumpapasa huku ukimbembeleza—na pia ni bingwa wa kukamata panya—Loh, niwie radhi!" alisema tena Alisi kwa sauti ya juu, kwani safari hii Panya alitetemeka mwili mzima na alijua kuwa alikuwa ameudhika sana. "Basi sisi hatutamwongelea tena kama hutapendelea."

"Sisi, haswa!" alitoa ukulele Panya, aliyekuwa akitetemeka hadi mwisho wa mkia. "Unadhani ningependa kuongelea mada kama hiyo! Familia yangu wamechukia paka siku zote daima: wabaya, wasio na maana, washenzi! Nisisikie jina hilo tena!"

"Kwa hakika sitalitamka tena" alisema Alisi haraka haraka akijaribu kubadili mada ya mazungumzo yao. "Je wewe—je wewe wapenda—wale—wale mbwa?" Panya hakujibu, kwa hivyo Alisi akaendelea kwa furaha: "Kuna mbwa mdogo mzuri kweli karibu na nyumba yetu, ningependa kukuonyesha! Ni aina ya *terrier* yaani vile vijibwa vidogo, mwenye macho yaliyojaa bashasha, unafahamu, na tena, anayo manyoya yaliyojiviringisha vizuri na marefu ya rangi ya kahawia! Na hufuata vitu kama ukimtupia, na tena hukaa kabisa na huomba chakula chake, yaani hufanya mambo mengi kweli kweli—hata sikumbuki nusu ya mambo afanyayo—huyo mbwa ni mali ya mkulima mmoja, unafahamu, na yeye husema kuwa ana faida sana, na bei yake ni kama Pauni za Uingereza mia moja! Anasema yani huua panya buku wote na—ohoo!" alisema Alisi kwa huzuni huku akiwa amepaza sauti. "Nina wasiwasi kuwa nimekukera tena!" Kwani sasa yule panya alikuwa akiogelea kwa nguvu zake zote na kuenda mbali kabisa na Alisi, na mwendo huo ulifanya fujo katika dimbwi.

Kwa hivyo akamwita pole pole "Panya mpendwa! Rudi tena, na hatutaongelea paka wala mbwa, kama huwapendi!" Panya aliposikia hivi, aligeuka na kuogelea polepole akimrudia Alisi: sura yake ilionekana kusawajika (kwa hisia kali, aliwaza Alisi), na akasema, kwa sauti ya chini yenye kutetemeka, "Twende kando ya maji, halafu nitakuhadithia hadithi yangu, na hapo utaelewa kwa nini ninawachukia paka na mbwa."

Ilikuwa muda wa kuondoka umewasili, kwani bwawa lilianza kujaa ndege na wanyama waliodondokea: kulikuwa na Bata, Bata-Dodo, Kasuku na kinda wa Mwewe, Tai Mtoto na viumbe vyingine vya ajabu. Alisi aliongoza njia na wote wakaogelea kuelekea nchi kavu.

Sehemu ya III

Mkutano wa Mashindano ya Kukimbia na hadithi ndefu

Kweli lilikuwa kundi la kiajabu ajabu lililokusanyika ufukweni—ndege wenye manyoya yaliyorowa, yale ya wanyama yalikuwa yamewaganda miilini mwao, wote wakitiririka maji, wamenuna na wasio na raha.

Swali la kwanza bila ya shaka lilikuwa ni jinsi gani wangeweza kukauka tena: wakashauriana kuhusu jambo hili, na baada ya dakika chache ikawa ni jambo la kawaida kwa Alisi kuwazoea, kama vile aliwajua maisha yake yote. Kweli, aligombana kwa muda mrefu na yule Kasuku ambaye aliishia kununa kabisa na kusema, "Mimi nina umri mkubwa zaidi yako kwa hivyo ni lazima nielewe zaidi yako." Na jambo hili Alisi alilipinga kabisa, bila ya kufahamu umri wa ndege huyo, na, kwa vile yule Kasuku aligoma kabisa kutaja miaka yake, ikawa hakuna la kuongezewa.

Mwishoni Panya, ambaye alionekana kama mtu mwenye mamlaka kati yao, alisema kwa sauti kuu, "Kaeni chini, nyote, na mnisikilize! Baada ya muda mfupi *Mimi nitawakausheni* vya kutosha!" Wote walikaa chini mara moja, katika mduara mkubwa, na panya akiwa kati yao. Alisi alimtupia panya macho huku akiwa na wahka, kwani alikuwa na uhakika kwamba angepata ubaridi kama asingekauka baada ya muda mchache.

"Sasa basi!" alisema Panya akijifanya mtu wa maana sana. "Nyote mpo tayari? Hiki ndicho kitu kikavu kuliko vyote nivijuavyo. Nyote kaeni kimya tafadhalini! 'Kusudi la kupigana la William Mvamizi, lilipendelewa na Baba Mtakatifu na Waingereza pia ambao walijisalimisha kwake. Wao walitaka viongozi, na wakati huo walikuwa wamezoea kunyang'anywa utalawa na kutekwa. Hivyo basi, Edwin na Morcar ambao wana vyeo mashuhuri vya *earl* katika miji ya Uingereza ya Mercia na Northumbria—'"

"Aah!" alisema Kasuku akisisimka.

"Samahani!" alisema Panya, akikunja uso, lakini kwa heshima kuu: "Je uliongea?"

"Si mimi!" alisema Kasuku, kwa haraka.

"Nilidhani ulifanya hivyo," alisema Panya. "Ninaendelea. 'Edwin na Morcar, wenye vyeo mashuhuri vya earl wa Mercia na Northumbria, walimtangazia; na hata Stigand, askofu mkuu wa mji wa Canterbury ambaye ni mwenye utaifa, alikuta kwamba ni bora—'"

"Alikuta *nini?*" alisema Bata.

"Alikuta *kile,*" alijibu Panya kwa hasira kiasi: "bila shaka unajua 'kile' kina maana gani."

"Ninafahamu tosha 'kile' kina maana gani, pale *mimi* ninapokikuta kitu," alisema Bata "kwa kawaida huwa chura, au funza. Swali ni, askofu mkuu alikuta nini?"

Panya hakutia maanani swali hili, lakini kwa haraka aliendelea "'—alikuta kuwa inashauriwa kwenda na Edgar Atheling ili kukutana na William na kumpa ufalme. Mwenendo wa William pale mwanzoni ulikuwa wa wastani. Lakini ujeuri wa watu wake wanaoitwa Wanorman—' Unaendeleaje hivi sasa, mpendwa wangu?" aliendelea akimgeukia Alisi akiongea.

"Bado nimerowa chapa chapa," alisema Alisi kwa sauti ya huzuni: "haionekani kunikausha kabisa."

"Kama ni hivyo," alisema Bata Dodo kwa heshima na taadhima, huku akisimama, "Ninachagua kuwa mkutano uahirishwe, na papo hapo tutumie njia za kujiponyesha zenye kuhitaji maguvu—"

"Ongea lugha yetu!" alisema Tai Mtoto. "Sijui maana ya karibu ya nusu ya hayo maneno marefu, na, zaidi ya hapo, sidhani hata kama wewe mwenyewe unayajua!" Na hapo Tai

Mtoto aliinamisha kichwa kuficha tabasamu: baadhi ya ndege walichekelea kwa sauti zilizosikika.

"Nilichokuwa nataka kusema," alisema Bata Dodo kwa sauti ya kuudhika, "ni, kuwa jambo bora zaidi la kutukausha ingekuwa mashindano ya Kukimbia."

"Ni nini mashindano ya Kukimbia?" alisema Alisi; na sio kuwa alitaka hasa kujua, lakini Bata Dodo alisita kama vile alihofia kwamba labda mtu yeyote angeongea, na hakuna yeyote aliyeonekana kuwa na mwelekeo wa kusema chochote.

"Hebu," alisema Bata Dodo, "njia bora kuliko zote za kufahamisha ni kufanya matendo." (Na, kwa vile ungependa kujaribu kile kitu wewe mwenyewe, siku moja ya baridi, nitakwambia jinsi Bata Dodo alivyofanikiwa.)

Kwanza alipima mipaka na kuweka alama za uwanja wa kukimbia, katika mduara wa aina fulani ("haidhuru umbo halisi," alisema), halafu kundi zima lilipangwa uwanjani, hapa na pale. Hakukuwa na kuanza kwa kusema "Moja, mbili, tatu, kimbieni!" lakini wao walianza kukimbia walipopenda tu na kuwachilia mbali mbio hizo walipopendelea, kwa hivyo haikuwa rahisi kujua wakati gani mbio zilikuwa zimefika kikomo. Hata hivyo, baada ya kukimbia kwa nusu saa hivi, na walipokuwa wamekauka tena, Bata Dodo alisema kwa sauti kuu, "Sasa ni mwisho wa mbio!" na wote walimzunguka, wakihema na kuuliza, 'Lakini nani mshindi?"

Swali hili, Bata Dodo hakuweza kujibu bila ya kutafakari sana, na alisimama kwa muda mrefu, akiwa amebonyeza kidole kimoja katika paji lake la uso (kama hatama ambayo mwandishi Shakespeare huonekana ametulia nayo katika picha zake), wakati kila mmoja akisubiri, kimya. Mwishowe Bata Dodo alisema "*Wote* mmeshinda, na sharti *nyote* mpate zawadi."

"Lakini nani atatoa zawadi?" waliuliza kwa sauti ya kibwagizo.

"Hebu, *ni yeye,* bila shaka," alisema Bata Dodo, akimnyoosha kidole Alisi; na kikundi kizima kilimzunguka papo hapo, wakisema, kwa njia shaghala baghala "Zawadi! Zawadi!"

Alisi hakujua la kufanya, na bila ya matumaini aliweka mikono yake mfukoni mwake, na kutoa boksi la peremende, (kwa bahati nzuri maji ya chumvi chumvi hayakuliingilia), na akazigawa kwa wote kama zawadi. Kulikuwa na moja kwa kila mmoja wao.

"Lakini sharti na yeye mwenyewe apate zawadi, unajua," alisema Panya.

"Bila shaka," alijibu Bata Dodo kwa makini. "Una kitu gani kingine mfukoni mwako?" aliendelea, akimgeukia Alisi.

"Tondoo, yaani kifuniko cha kuhifadhi kidole wakati wa kushona," alisema Alisi kwa huzuni.

"Hebu nipe mimi hapa," alisema Bata Dodo.

Halafu wote wakamzunguka kwa mara nyingine tena, wakati Bata Dodo akitoa zawadi kwa uzito mkubwa, akisema "Tunaomba uridhie tondoo hii yenye haiba," na, alipomaliza hotuba hii fupi, wote walipiga vigelegele.

Alisi alifikiria kuwa jambo lote hilo lilikuwa kiroja, lakini wote walionekana wakiwa makini mno, hivyo hakuthubutu kucheka: na, kwa vile hakuweza kufikiria lolote la kusema, alikunja goti tu na kuchukua ile tondoo huku akionekana makini kama alivyoweza.

Kilichofuata ilikuwa ni kula peremende: hii ilileta kelele na ubabaishaji, kwani ndege wakubwa walilalamika kuwa hawakuweza kupata ladha ya zile zao, na wadogo walikabwa na ikabidi wapigwe migongo. Hata hivyo, tamati iliwadia na walikaa katika mduara kwa mara nyingine tena, na kumwomba Panya awaambie mambo zaidi.

"Uliniahidi kwamba utanihadithia kisa chako, unajua," alisema Alisi, "na kwa nini unawachukia—P na M," alinong'oneza, akiogopa kwamba Panya angekereka tena.

"Changu ni kisa chenye mkia mrefu na chenye huzuni!" alisema Panya akimgeukia Alisi na kushusha pumzi.

"*Ni* mkia mrefu, bila shaka," alisema Alisi akiangalia chini kwa kustaajabu mkia wa Panya; "lakini kwa nini unakiita chenye huzuni?" Na aliendelea kujiuliza kuhusiana na jambo hilo wakati Panya akiongea, kiasi kwamba uelewa wake wa kisa ulikuwa kitu kama hivi:—

"Ghadhabu alimwambia
panya, Ambaye aliku-
tana naye ndani
ya nyumba, 'Sisi
sote wawili twende
katika sheria:
Mimi nitaku-
shtaki *wewe*.—
Njoo, Mimi
sitakubali
kukanwa:
sisi Lazima
tuwe na kesi;
Kwani kweli
Asubuhi hii
Mimi sina
Chochote
Cha kufanya.'
Alisema
Panya kwa
Mbwa koko,
'Kesi kama
hiyo, bwana
mpendwa.
Bila ya
Wajumbe Wa
baraza la
mahakama
au jaji,
itakuwa
kupoteza
pumzi
yetu.'
'Nitakuwa
jaji,
nitakuwa
mjumbe'
alisema
Mjanja
Gha-
dhabu:
Nita
jaribu
sababu
yote
na,
kuku-
laumu
hadi
kifo.'

"Wewe hupo hapa!" alisema Panya kwa hamaki. "Unawaza nini?"

"Samahani sana," alisema Alisi kwa unyenyekevu. "Ulifikia kupinda pindo la tano la huo mkia ninadhani?"

"*Hapana* sikupinda!" alisema Panya kwa sauti kali na kwa hasira kuu.

"Pindo!" alisema Alisi, wakati wote akiwa tayari kusaidia na kuangalia pote huku akiwa na wahka. "Ah, hebu wacha nikusaidie kulifungua!"

"Sitofanya jambo lolote kama hilo," alisema Panya akiamka na kuondoka. "Unanikashifu kwa kuongea upuuzi kama huu."

"Sikumaanisha hivyo!" alibembeleza Alisi. "Lakini wewe ni rahisi sana kukereka, unajua!"

Jibu la Panya ilikuwa ni kuguna tu.

"Tafadhali rudi umalizie kisa chako!" Alisi alimwita. Na wale wengine pia waliingia na kusema kama kibwagizo "Ndiyo, tafadhali fanya hivyo!" Lakini Panya alitikisa kichwa chake tu kama mtu asiye na subira na kutembea kwa haraka kidogo zaidi.

"Inasikitisha kwamba hakubali kubaki!" alisema kwa kushusha pumzi Kasuku huku Panya akiwa haonekani tena. Na Kaa mkongwe alichukua nafasi kumwambia binti yake "Eh, jamani! Hebu hili liwe fundisho kwako kutoendekeza hasira!"

"Funga mdomo wako, Ma!" alisema Kaa mdogo kwa kijuba. "Wewe tu unatosha kufurumusha subira ya Chaza."

"Ninatamani tungalikuwa na Dinah wetu hapa, hakika ninataka!" alisema Alisi kwa sauti kuu, asimwongeleshe yeyote hasa. "*Yeye* angalimrudisha huyu sasa hivi!"

"Na, Dinah ni nani, labda nithubutu kuuliza swali hili?" alitamka Kasuku.

Kwa furaha, Alisi alijibu haraka kwani alikuwa yu tayari kumwongelea mnyama wake wa nyumbani: "Dinah ni paka wetu. Na huwezi kuamini jinsi yeye alivyokuwa bingwa wa kukamata panya! Pia Loh, ninatamani ungalimwona anavyowafurumusha ndege! Yaani, akimwangalia tu ndege mdogo papo hapo anakwishamla!"

Hotuba hii ilileta hisia za ajabu katika kundi lile. Ndege wengine walikimbia papo hapo: ndege mmoja jamii ya kunguru aliyeitwa Magpai alijikunyata polepole akitamka "Ni lazima niende nyumbani; hali ya hewa ya usiku si nzuri kwa koo langu!" Na yule ndege wa manjano aliyeitwa Kanari aliviambia vifaranga vyake kwa sauti inayotetemeka "Haya twendeni vipenzi vyangu! Muda umewadia kwa nyote kuwa kitandani!" Na wakitumia vijisababu tofauti wote walitokomea mbali, na Alisi alijikuta kaachwa peke yake.

"Ninatamani nisingalimtaja Dinah!" alijiambia kwa sauti ya manung'uniko. "Hakuna yeyote anayeonekana kumpenda, hapa, na nina hakika kwamba yeye ni paka bora kuliko wote duniani! Ah jamani kipenzi changu Dinah! Ninajiuliza kama nitakuona tena!" Na hapa masikini Alisi alianza kulia tena, kwani alijihisi mpweke na asiye na raha. Hata hivyo, baada ya muda mfupi tu alisikia miguu kwa mbali na kuangalia kwa hamu na matumaini, moyoni akijiambia kwamba labda yule Panya alibadili mawazo yake na alikuwa anarudi kumalizia kisa chake.

Sehemu ya IV

Sungura amwingiza Bill mdogo

Ilikuwa Sungura Mweupe akikimbia pole pole kwa hatua fupi fupi, akiangalia huku na kule kama mwenye wasiwasi, kama vile aliyepoteza kitu; na akamsikia akijinong'oneza "Yule Duchess! Yule Duchess! Masikini nyayo zangu! Ah manyoya na masharubu yangu! Atasababisha niuwawe, ni hakika kama vile nguchiro ni nguchiro! Hivi nitakuwa nimezidondosha wapi, ninastaajabu?" Papo hapo Alisi aliotea kwamba yule alikuwa akiutafuta ule upepeo na ile jozi ya glovu nyeupe zenye ngozi nyororo; na kwa roho safi, naye akaanza kuzitafuta, lakini hazikuwepo popote pale—kila kitu kilionekana kubadilika tangu alipoogelea katika bwawa, na ule ukumbi mkubwa, uliokuwa na meza ya kigae na mlango mdogo, ulipotea kabisa.

Baada ya muda mfupi yule Sungura alimwona Alisi, akiwa anasaka, na akamwita kwa sauti iliyoghadhibika, "Ala, Mary Ann, wewe *unafanya* nini huku? Kimbia nyumbani sasa hivi na niletee jozi moja ya glovu na upepeo! Haya haraka haraka basi!" Na Alisi alipata woga kiasi kwamba alikimbia mara moja akielekea kule alikokunyooshea, bila ya kujaribu kumkosoa na kumfahamisha kuhusu kosa alilolifanya.

"Amefikiria mimi ni mfanyakazi wake wa nyumbani," alijiambia akikimbia. "Atashangaaje atakapogundua mimi ni nani! Lakini ni heri nimpelekee upepeo wake na glovu—lakini hapo ni kama nitaweza kuzipata." Aliposema hivi, akajikuta amefika katika nyumba moja ndogo na safi sana, katika mlango wa nyumba hiyo kulikuwa na kibao cha shaba chenye jina lifuatalo "SUNGURA M." lilikuwa limechongeshwa juu yake. Aliingia bila ya kupiga hodi, na alikimbia ghorofa ya juu, akiwa na wasiwasi mkubwa kwamba atakutana na Mary Ann wa kweli na kutolewa nje ya nyumba kabla hata hajapata upepeo na glovu.

"Mbona imekuwa maajabu," alijiambia Alisi "kutumwa na sungura! Si ajabu Dinah naye atanituma kupeleka ujumbe safari nyingine!" Na akaanza kubuni yale ambayo yangalitokea "'Binti Alisi! Njoo hapa moja kwa moja, na ujitayarishe kuenda katika matembezi!' 'Ninakuja punde hii, Muuguzi! Lakini inabidi nilichunge hili shimo la mapanya hadi hapo Dinah atakaporejea, sharti niwe makini panya asitoke nje.' Ila sidhani," aliendelea Alisi, "kama Dinah ataruhusiwa kubaki nyumbani kama ataanza kutuma watu kama hivyo!"

Wakati huu akajikuta katika chumba kidogo kilichopangwa vizuri chenye meza dirishani, na juu yake (kama alivyotegemea), upepeo na jozi mbili au tatu za glovu nyeupe zenye ngozi nyororo; akauchukua upepeo na jozi moja ya glovu, na alikuwa tayari kutoka nje ya chumba hicho, jicho lake lilipoangukia katika kichupa kidogo kilichowekwa karibu na kioo cha kujiangalia. Ingawa safari hii hakukuwa na kikaratasi chenye maneno "NINYWE", kilichobandikwa, hata hivyo Alisi alikifungua na kukiweka mdomoni mwake. "Ninajua kwamba lazima hivi punde tu *jambo* la kushangaza litatokea," alijisemea, "ninapokula au kunywa chochote; kwa hivyo nitaona chupa hii itafanya nini. Ninatamani ingenikuza nikawa mkubwa tena, kwa sababu hakika nimechoka kuwa kitu kiduchu kama hivi!"

Hakika ilifanya hivyo, tena mapema kuliko hata vile alivyotegemea: kabla hata hajanywa nusu ya chupa, akakuta kichwa chake kimegusa dari, na ilibidi ainame ili kuiokoa shingo yake ambayo ingevunjika. Haraka haraka akaiweka ile chupa chini na kujisemea, "Basi sasa hii inatosha—ninategemea sitokua tena—kwa mambo yalivyo sasa, siwezi hata kutoka nje ya mlango—ninatamani nisingekunywa kiasi kingi vile!"

La haula! Tumaini lake lilikuwa limechelewa! Akaendelea kukua, na kukua, na punde si punde ilimbidi apige magoti sakafuni: baada ya kama dakika moja tu ikawa hakuna hata nafasi ya kufanya hivyo, akajaribu kujilaza huku ameegemeza kiwiko chake mlangoni, na mkono mwingine akaukunja kuzunguka kichwa chake na kama nyenzo ya mwisho, akautoa mkono wake mmoja nje ya dirisha na mguu mmoja akauelekeza darini ambapo kulikuwa na dohani, na ndiyo akajiambia, "sasa sina zaidi la kufanya, litakalokuwa na liwe. Jamani, nitaishia wapi?"

Ikawa bahati tu kwa Alisi kwamba kile kichupa cha miujiza kilishafikia kilele cha nguvu zake, na hakukua zaidi: hata hivyo alijihisi tafrani, na ilionekana kwamba hakukuwa na uwezekano kwake yeye kutoka nje ya chumba kile kamwe, bila shaka alijihisi asiye na faraja.

"Ilikuwa raha zaidi nyumbani," aliwaza Alisi masikini, "ambapo mtu hakukua kila wakati, mara mkubwa, mara mdogo, na kutumwa tumwa na mapanya na sungura. Hata ninatamani nisingalikwenda ndani na chini ya lile shimo la sungura—hata hivyo—hata hivyo—ni ajabu kidogo, unajua, maisha kama haya! Ninajiuliza ni lipi *lililoweza* kunitokea! Nilipokuwa nikisoma hadithi za viferi, yaani vimalaika viduchu vyenye mbawa, sikubuni jambo kama hilo kutokea, na sasa nipo katikati ya hadithi mojawapo! Ingebidi kuwepo kitabu kitakachoandikwa kuhusu mimi, kwa hilo kweli ingebidi! Na nikikua, nitaandika kimoja—lakini hivi sasa mimi nimeshakua," akaongeza kwa sauti ya masikitiko; "angalau *humu* ndani hakuna tena nafasi ya kukua."

"Lakini sasa," aliwaza Alisi, "*kamwe* sitazeeka zaidi ya hivi nilivyo sasa? Jambo hilo ni la kuliwaza, kwa upande mmoja—yaani asilan kutokuwa kibibi kizee—ila sasa—itabidi kila mara kuwa na masomo ya kujifunza! Ah, nisingependa *hilo*!"

"Oh, wewe Alisi mpuuzi!" alijijibu yeye mwenyewe. "Utajifunzaje masomo humu ndani? Mbona hakuna hata nafasi ya kukutosha wewe, na hakuna nafasi yoyote kabisa kwa vitabu vya masomo!"

Na ndivyo hivyo basi alivyoendelea, kwanza akitetea upande mmoja halafu upande mwingine, na hivyo kujenga mazungumzo ya kutosha; lakini baada ya dakika chache alisikia sauti kutoka nje, akawacha kujisemesha na akasikiliza.

"Mary Ann! Mary Ann!" ilisema hiyo sauti. "Niletee glovu zangu sasa hivi!" Halafu ikafuata sauti ya miguu midogo ikishuka ngazi. Alisi alitambua huyo alikuwa Sungura ambaye alikuja kumtafuta, na akasisimka hadi nyumba ikatetemeka, akisahau kwamba sasa yeye alikuwa mkubwa zaidi ya mara elfu moja kumpita yule Sungura, na hakuwa na sababu ya kumwogopa.

Mara Sungura akaja mlangoni, na akajaribu kuufungua; lakini, kwa vile mlango ulifunguka kwa ndani, na kiwiko cha Alisi kilikuwa kimeegemea na kubonyeza mlango, jitihada zilikuwa ni za bure tu. Alisi alimsikia akijiambia, "Basi nitazunguka na kuingia kwa dirishani."

"*Hilo* hautaweza!" aliwaza Alisi, na baada ya kusubiri hadi alipohisi kwamba alimsikia Sungura akiwa hapo chini ya dirisha, ghafla alifungua mkono wake, na akajaribu kukamata kitu hewani. Hakuweza kudaka chochote, lakini alisikia yowe dogo na mwanguko, halafu mpasuko wa vigae vilivyovunjika. Kutokana na hilo alijua kwamba yule alidondokea jengo la vigae lenye kulinda miche ya matango, au kitu kama hicho.

Hii ilifuatana na sauti ya hasira—ya Sungura—"Pat! Pat! Upo wapi?" halafu sauti ambayo hakuwahi kuisikia hapo awali, "Hakika nipo hapa! Ninatafuta matufaha, mheshimiwa!"

"Kutafuta matufaha, hakika!" alisema Sungura kwa hasira, "Hebu! Njoo unisaidie kutoka nje ya *hili*! (Sauti ya kuvunjika kwa vigae zaidi.)

"Sasa niambie, Pat, nini hicho ndani ya dirisha?"

"Sawa, ni mkono, mheshimiwa!" (Alitamka "mkooono".)

"Mkono, wewe bata bukini! Nani ameshawahi kuuona ukiwa kimo hicho? Hebu ona unajaza dirisha zima!"

"Ni sawa, unafanya hivyo, mheshimiwa: lakini hata hivyo bado ni mkono."

"Basi, hauna kazi yoyote hapo, kwa vyovyote: nenda na ukautolee mbali huko!"

Kukawa na ukimya mrefu baada ya hili, na Alisi aliweza kusikia minong'ono mara moja moja; kama vile "Haswa, sipendi hali hii, mheshimiwa, kabisa, kabisa" "Fanya vile ninavyokuambia wewe, wee mwoga!" na mwishowe akautandaza mkono wake tena, na kujaribu kunyakua hewa tena. Safari hii kukawa na kelele *mbili* ndogo, na sauti zaidi za kigae kikivunjika. "Ni kwamba kuna majengo mengi ya vigae ya kulinda matango!" aliwaza Alisi. "Ninatafakari, sijui watafanya nini baada ya hapo! Na kuhusu kunivuta nje ya dirisha, ninatamani kweli kama *wangaliweza!* Sitaki kubaki humu ndani kwa muda wowote zaidi!"

Alisubiri kwa muda kidogo bila ya kusikia chochote zaidi: mwishowe ngurumo za magurudumu madogo, na mlio wa sauti nyingi zikiongea kwa pamoja: aliweza kutofautisha maneno: "Ipo wapi ngazi nyingine?—Ala, si nilihitajika kuleta moja tu. Bill anayo ya yule—Bill mwingine! Ilete hapa kijana!—Hii hapa, ziweke katika kona hii—hapana, wafunge pamoja kwanza—hawafikii hata nusu yake ili kutosha—Oh! Watasaidia hivyo hivyo. Usijifanye kuchagua mno—hebu, Bill! Shika hii Kamba—hivi dari litamudu?—hebu angalia hicho kigae kimetoka darini—Oh, inashuka! Viwacheni vichwa chini!" (kelele za mwanguko mkubwa)—Sasa, nani kafanya hivyo? Ilikuwa Bill ninadhani—Nani atashuka chini ya hilo shimo la dohani ili aingie ndani ya nyumba—Hapana, sitafanya! Wewe fanya!—Hilo sitaweza basi!—Itabidi Bill ashuke chini—Hii hapa Bill! Bwana anasema kwamba itabidi wewe ndiyo ushuke chini kwa kupitia dohani!"

"Ala! Kwa hivyo kumbe inabidi Bill ashuke kupitia dohani. Siyo?" alijiambia Alisi mwenyewe. "Mbona kama wanamwachia Bill kila kitu! Nisingekubali kuwa katika nafasi ya Bill hata kwa kupata vitu gani sijui ambavyo ni vizuri vizuri: Hapa panapowashiwa moto ambapo ndipo atakapoangukia Bill ni pembamba, kwa hakika; lakini *ninadhani* ninaweza kupiga teke kidogo!"

Akasukuma unyayo wake wa mguu katika dohani hadi ukatokomea ndani kama ilivyowezekana, halafu akasubiri hadi aliposikia mnyama mdogo (hakuweza kukisia ni mnyama wa aina gani) aliyekuwa akikwaruza na kujizungusha katika dohani akiwa karibu tu, juu yake: halafu, akajiambia "Huyu ni Bill," akapiga teke moja la nguvu, na kusubiri kuona lipi litatokea baada ya hapo.

Jambo la kwanza alilosikia ni kelele za furaha ya pamoja ikisema "Huyo Bill anaenda!" halafu akaisikia sauti ya Sungura peke yake—"Mkamate, wewe uliye ukingoni mwa safu ya maua" halafu kimya, halafu mchanganyiko mwingine wa sauti—“Mshike kichwa chake kwa juu—Pombe ya Brandi sasa—Usimkabe—Ilikuwaje sasa mzee? Kipi kilichokutokea? Hebu tuambie kilichokukumba!”

Mwisho ikaja sauti ya unyonge iliyokwaruza (“Huyo ni Bill,” aliwaza Alisi), “Yaani, hata sifahamu—Hapana usinipe zaidi, asante; ninajihisi afadhali sasa—lakini nimechanganyikiwa kabisa nakwambia—yote ninayojua ni kwamba, kitu kimenilenga kama lile boksi lenye mwanasesere anayeruka kwa haraka, *Jack-in-the-box*, na kikaja juu kama roketi ya anga!”

“Na ndiyo ulivyotoka, mzee!” walisema wengine.

“Ni lazima tuiunguze hii nyumba!” ilisema sauti ya Sungura. Na Alisi aliita kwa sauti ya juu kama ilivyowezekana, “ukifanya hivyo nitawavurumishia Dinah!”

Kukawa na kimya cha mshindo hapo hapo, na Alisi akajiwazia, “Ninatafakari watafanya nini baada ya hiki! Kama wangalikuwa na akili yoyote wangeng’oa dari.” Baada ya dakika moja au mbili, wakaanza kuzunguka zunguka, na Alisi alimsikia Sungura akisema “Mkokoteni mmoja tu utafaa, kwa kuanzia.”

"Mkokoteni mmoja wa *nini?*" aliwaza Alisi. Lakini hakuwa na muda mrefu wa kujiuliza, kwani punde tu kelele za mvua ya changarawe zilipiga dirisha na zingine zikampiga usoni. "Nitawakomesha," akajiambia, na kupiga kelele, "Yaani ni afadhali msifanye hivyo tena!" jambo lililoleta kimya kikuu kingine.

Alisi akagundua, kwa mshangao kiasi, kuwa zile changarawe zote zilikuwa zikibadilika na kuwa keki ndogo pale sakafuni, na wazo zuri mno likamjia kichwani mwake. "Kama nitakula keki mojawapo katika hizi," aliwaza "ni lazima italeta mabadiliko *machache* katika kimo changu; na kwa vile, hakika haitawezekana kunikuza zaidi, ni lazima itanifanya niwe mdogo, ninahisi."

Kwa hivyo akameza keki mojawapo, na akapata furaha kuu kuona kwamba alianza kuwa mfupi hapo hapo. Alipokuwa mdogo kiasi cha kuweza kutoka kwa kupitia mlangoni tu, alikimbia nje ya nyumba, na kukuta kundi la wanyama wadogo na ndege wakisubiri hapo nje. Masikini yule mjusi mdogo, Bill, alikuwa kati kati, akishikiliwa na Pimbi wawili waliokuwa wakimnywesha kitu kutoka katika chupa moja. Wote walimkimbilia Alisi alipotokea tu; lakini yeye aliwakimbia, haraka kama alivyoweza, na baada ya muda mchache akajikuta katikati ya kichaka kikubwa.

"Jambo la kwanza ambalo ninatakiwa kufanya," alijiambia Alisi, huku akizunguka humo kichakani, "ni kukua ili kufikia kimo changu cha kawaida tena; na jambo la pili ni kutafuta njia ya kurudi katika ile bustani nzuri. Ninafikiri huo ndiyo utakuwa mpango mzuri kuliko yote."

Ulionekana kuwa mpango mzuri kuliko yote, bila shaka, na uliopangwa vizuri na kwa urahisi kabisa; tabu pekee ilikuwa kwamba alikuwa hajui hata chembe aanzie wapi; na alipokuwa akichungulia katikati ya miti huku akiwa na wahka, sauti kali ya kubweka ilisikika juu ya kichwa chake ambayo ilimfanya aangalie juu kwa haraka sana.

Mtoto wa mbwa mkubwa kuliko wote alikuwa akimwangalia kwa macho makubwa ya mviringo, na pole pole alinyoosha unyayo mmoja, akijaribu kumgusa. "Jamani masikini kitoto!" alisema Alisi kwa sauti ya kubembeleza, na alijaribu jinsi alivyoweza kumpigia mluzi: lakini alikumbwa na woga mkubwa wakati wote huku akiwaza labda yule alikuwa na njaa, ambapo angeweza kumla mzima mzima, asijali ubembelezwaji wa Alisi.

Bila ya kujua anafanya nini, aliokota kijiti kidogo, na kukishikilia kumwelekea mbwa: hapo hapo yule mbwa aliruka hewani na miguu yake yote ikabiringita juu hewani, na kwa mlio wa furaha alikimbilia kijiti na kujidai anakitisha: hapo Alisi alikwepa na kujificha chini ya mbaruti, ili asigongwe; na, alipotokea tu upande wa pili, mbwa alikimbilia kijiti mara nyingine tena, na katika haraka yake ya kukikamata aliporomoka kichwa chini miguu juu: halafu sasa Alisi, akiwaza kuwa huu ulikuwa kama mchezo wa vuta n'kuvute, na akitegemea kila mara kukanyagwa chini ya miguu yake, aliukimbilia mbaruti kwa mara nyingine tena; hapo sasa mbwa alianza mbio fupi fupi za kukimbilia kijiti na kuuzunguka mbaruti tena na tena: halafu yule mbwa akaanza mbio za kukimbilia kijiti huku akikimbia kidogo kuenda mbele na akikimbia masafa marefu zaidi kurudi nyuma, huku akibweka kwa sauti nzito, hadi mwisho akakaa chini mbali kidogo na Alisi, akipumua kwa nguvu, ulimi ukiwa umening'inia nje ya mdomo wake na macho yake makubwa yakiwa nusu yamefungwa.

Hii ilionekana kwa Alisi kuwa fursa nzuri ya kutoroka: kwa hivyo aliondoka papo hapo na kukimbia hadi alipojihisi amechoka na hana pumzi, na hadi pale sauti ya kubweka kwa mbwa alipoisikia kuwa dhaifu kwa umbali.

"Hata hivyo, mbona alikuwa mbwa mzuri sana tu" alisema Alisi, huku akiegemea ua la manjano liitwalo *buttercup* kwa Kiingreza, ili ajipumzishe, na tena akajipepea kwa kutumia jani lake moja. "Ningependa sana kumfundisha mbwa njama za michezo, kama—kama ningalikuwa kimo kinachofaa kufanya hivyo! Jamani! Si nilitaka kusahau kwamba inanibidi nikue tena! Hebu nione—*Ni* vipi inawezeshwa? Inawezekana inabidi nile au ninywe kitu kimoja au kingine; lakini swali kuu ni kwamba, 'Nini?'"

Swali kuu ni kweli ilikuwa "Nini?". Alisi aliangaza kote katika maua na ncha kali za majani, lakini hakuweza kuona chochote ambacho kilionekana kuwa kitu sawa cha kula au kunywa katika hali aliyokuwa nayo. Kulikuwa na uyoga mkubwa uliostawi karibu naye, ulikuwa na urefu sawa na yeye; na, alipoangalia chini yake, na katika pande zake zote mbili, pia nyuma yake, akawaza kwamba heri hata aangalie kuna nini juu yake.

Akachuchumia vidole vya miguuni na kujinyoosha, na kuchungulia pembezoni mwa uyoga, na macho yake yakagongana papo hapo na yale ya kiwavi mkubwa wa buluu aliyekuwa amekaa kwa juu, kakunja mikono akivuta kiko kirefu chenye mtungi na asiyemjali kabisa na wala kingine chochote.

Sehemu ya V

Ushauri Kutoka kwa Kiwavi

Jule Kiwavi na Alisi waliangaliana kwa muda wakiwa kimya: mwishowe Kiwavi alitoa kiko mdomoni mwake na kumsemesha kwa sauti iliyodorora na yenye usingizi.

"*Wewe* ni nani?" alisema Kiwavi.

Huu haukuwa mwanzo wa kutia moyo katika mazungumzo. Alisi alijibu, akiwa na haya, "Mimi—mimi hata sijui, Bwana, ni kwamba hivi sasa—angalau ninafahamu nilikuwa nani nilipoamka leo asubuhi, lakini ninadhani nimebadilika mara nyingi tangu wakati huo."

"Unayo maana gani kwa hilo?" alisema Kiwavi kwa ukali. "Hebu jieleze!

"Siwezi kujieleza *mwenyewe*, ninasikitika, Bwana, " alisema Alisi, "kwa sababu mimi sijihisi kama mwenyewe, unaona?"

"Sioni," alisema Kiwavi.

"Ninasikitika sitoweza kusema wazi zaidi," alijibu Alisi kwa heshima na taadhima, "kwanza yaani mimi mwenyewe sielewi;

na kuwa na kipimo tofauti katika siku moja inachanganya sana.

"Haichanganyi," alisema Kiwavi.

"Basi, labda wewe bado hauoni hivyo" alisema Alisi "lakini utakapobadilika na kuwa buu—ipo siku utabadilika, unafahamu—na baada ya hapo kuwa kipepeo, ninafikiri kwamba lazima utajihisi kiajabu ajabu, au hudhani?"

"Hata kidogo," alinena Kiwavi.

"Basi labda hisia zako ni tofauti," alisema Alisi, "nijuavyo mimi ni kwamba itanipa mimi hisia za kiajabu"

"Wewe!" alisema Kiwavi kidharau. "*Wewe* ni nani?"

Jambo lililowarudisha kule kule mwanzoni mwa mazungumzo yao. Alisi alihisi kukerwa kiasi kwa yule Kiwavi kuongea kwa mkato sana na akajivuta kujirefusha kidogo na kusema kwa makini "Ninadhani inabidi kwanza uniambie wewe ni nani."

"Kwa nini?" alisema Kiwavi.

Hapa kulikuwa na swali lingine lenye kutatanisha; na, kwa vile Alisi hakuweza kufikiria sababu yoyote nzuri, na kwa vile Kiwavi alionekana kuwa katika mawazo maovu mno, alimpa mgongo na kuanza kuondoka.

"Rudi!" Kiwavi alimwita. "Ninacho kitu muhimu cha kukuambia!"

Jambo hilo lilitia moyo, hakika. Alisi aligeuka na kurudi tena.

"Wacha hasira," alisema Kiwavi.

"Ndiyo hilo tu?" alisema Alisi akijitahidi kutokuonyesha hasira yake jinsi alivyoweza.

"Hapana," alisema Kiwavi

Alisi akawaza ni heri asubiri tu, kwani hakuwa na jengine la kufanya, na pengine baada ya yote haya huyu angaliweza kumwambia jambo ambalo ni la maana. Kwa dakika chache alipuliza moshi bila ya kusema neno; lakini mwishowe alifungua mikono, akatoa kiko tena kutoka mdomoni na kusema "Kwa hivyo unadhani umebadilika, siyo?"

"Ninasikitika ni hivyo, Bwana," alisema Alisi; "sikumbuki mambo kama awali—na sibakii katika kipimo kimoja hata kwa dakika kumi!"

"Hukumbuki mambo gani?" alisema Kiwavi.

"Haya basi, nimejaribu kusema '*Zum zum zum we mama nyuki lia wee*' lakini ikawa tofauti kabisa!" Alisi alijibu kwa sauti ya huzuni.

"Rudia shairi la, '*Wewe ni mkongwe, Padri William*'," alisema Kiwavi.

Alisi alikunja mikono yake, na akaanza:—

"Wewe ni mkongwe, Padri William," kijana alisema,
"Na nywele zako zimekuwa nyeupe;
Na hata hivyo unang'ang'ania
Kichwani kwako kusimamia—
Jee wewe unadhania
Ni sawa kwa umri wako kushikilia?"

"Katika ujana wangu," Padri William alimjibu mwanawe wa kiume,
"Nilihofia itaathiri ubongo wangu;
Lakini sasa nimehakikisha sinao tena,
Kwa nini nisiendelee tena na tena?"

"Wewe mzee," alisema kijana,
"Kama nilivyoeleza mwanzoni,
Na umenenepa kupita kiasi;
Hata hivyo mlangoni ulipiga sarakasi—
Nini sababu ya kufanya hivyo tafadhali?"

"Katika ujana wangu," alisema mwenye busara, huku akitingisha mawimbi ya nywele zake,
"Nililainisha maungo yangu
Kwa kutumia mafuta haya—
kwa bei ya shilingi kisanduku
nikuuzie viwili utaniruhusu?"

"Wewe mzee," alisema kijana,
"na taya za mdomo wako zimekwisha nguvu
Kwa kitu chochote kigumu zaidi ya shahamu
Hata hivyo umemaliza bata bukini,
na mifupa yake na mdomo wake—
Tafadhali nieleze uliwezaje kumudu?"

"Katika ujana wangu," alisema baba yake,
"nilichukua sheria,
Na kushindana kila kesi na mke wangu;
Na misuli mdomoni, iliipa nguvu taya zangu,
Zimedumu hadi mwisho wa maisha yangu."

"Wewe ni mzee," alisema kijana,
"mtu hangeweza kukisia
Kwamba jicho lako ni imara daima;
Hata hivyo umeweza kumhimili samaki mkunga
Kwenye ncha ya pua—
Ni nini kimefanya umekuwa
Mwerevu daima?

"Nimejibu maswala matatu, na hadi sasa imetosha"
alisema baba yake,
"Usijifanye mjuaji!
Unafikiri mimi ninaweza kusikiliza upuuzi huo siku
nzima?
Ondoka au sivyo nitakuvurumusha ngazini!"

"Hiyo haijasemwa sawa sawa," alinena Kiwavi.

"Si sawa hasa, ninasikitika," alisema Alisi huku akiona haya: "maneno machache yamebadilishwa."

"Ni makosa tangu mwanzo hadi mwisho," alisema Kiwavi, akiwa thabit: na kukawa na ukimya kwa dakika chache.

Kiwavi aliongea mwanzo.

"Ungependa kuwa kimo gani?" aliuliza.

"Ah, sina tarajio maalum kuhusiana na kimo," alijibu Alisi haraka "ni kwamba tu hakuna apendaye kubadilika mara nyingi hivi, unafahamu."

"Hapana sifahamu," alisema Kiwavi.

Alisi hakusema chochote: hakuwahi kupata kubishiwa kiasi hicho katika maisha yake, na alihisi kama hasira zinampanda.

"Umeridhika sasa?" alisema Kiwavi.

"Ni kwamba, ningependa kuwa mkubwa zaidi kidogo," alisema Alisi: "inchi tatu ni urefu wa unyonge kuwa nao."

"Hakika ni urefu mzuri mno!" alisema Kiwavi kwa hasira, akijinyanyua juu huku akiongea (alikuwa na urefu wa inchi tatu kamili).

"Lakini mimi sijauzoea!" alisihi Alisi masikini, kwa sauti yenye kutia huruma. Na akajiwazia, "Ninatamani hawa viumbe wasingaliudhika kirahisi kiasi hiki!"

"Utauzoea tu baada ya muda," alisema Kiwavi; na akakiweka kiko mdomoni na kuanza kukivuta tena.

Safari hii Alisi alisubiri kwa uvumilivu mpaka yule alipoamua kuongea tena. Baada ya dakika moja au mbili Kiwavi alikitoa kiko mdomoni mwake na kupiga miayo mara moja au mbili halafu akajisisimua. Halafu akashuka kutoka katika uyoga na kutambaa juu ya majani huku akiondoka, na akasema tu, huku akisonga mbele, "Upande mmoja utakurefusha na upande wa pili utakufupisha."

"Upande mmoja wa *nini*? alijiwazia Alisi

"Wa uyoga," alinena Kiwavi, kama vile alikuwa ameuliza kwa sauti kubwa; na punde dakika ile ile alikuwa keshatoweka.

Alisi alibakia akiangalia uyoga kwa makini kwa dakika moja hivi, akijaribu kubuni zipi zilikuwa sehemu mbili za uyoga; hali uyoga ulikuwa mviringo kabisa. Hivyo aliona hili swali lilikuwa gumu sana. Hata hivyo, mwishoni akakunjua mikono yake hadi mwisho, na kukata kipande kiduchu kwa ajili ya kila mkono.

"Na sasa yepi ndo yepi?" akajisemea mwenyewe, na akang'ata kipande kidogo cha mkono wa kulia ili kujaribu athari yake. Alishtukia kipigo cha nguvu chini ya kidevu chake: kilichogonga mguu wake!

Alishtushwa mno na mabadiliko ya ghafla, lakini alihisi kulikuwa hakuna muda wa kupoteza, kwa vile alikuwa anafupika kwa haraka mno: hivyo akaanza kazi ya kula sehemu ya kipande kile chengine. Kidevu chake kilikuwa kimeminywa karibu mno na mguu wake, hivyo hakukuwa hata na nafasi ya kufunguwa mdomo wake; lakini mwisho alimudu, na kuweza kumeza kipande kiduchu kilichokuwa mkono wa kushoto.

"Nimeepuka nipo huru sasa!" alisema Alisi kwa sauti ya furaha, iliyobadilika kwa mshtuko muda huo huo, alipogundua kwamba mabega yake hayaonekani popote: alichokiona alipoangalia chini, ni shingo ndefu mno, iliyoonekana imechomoza kama kikonyo katika uwanda wa majani mabichi yaliyokuwa chini yake.

"Hivi vitu kijani vilivyotanda ni nini?" alisema Alisi. "Na mabega yangu yamepotelea wapi? Na masikini mikono yangu, mbona sikuoneni?" Alikuwa anaisukuma mikono wakati akisema, lakini hakuona matokeo yoyote, isipokuwa kutikisika kwa majani kidogo tu.

Kwa vile ilionekana hakuna uwezekano wa kuileta mikono yake juu ya kichwa chake, alijaribu kukipeleka kichwa chake chini kiifikie mikono, na alifurahi kuona kwamba shingo yake iliweza kuinama na kupinda kwa urahisi upande wowote, kama vile nyoka. Alikuwa amefanikiwa tu kuinyongesha chini shingo yake kwa madoido ya zigizaga, na alikuwa anataka kujizamisha ndani ya majani, ambayo aligundua kwamba hayo majani yalikuwa ni matawi ya juu ya miti ambamo alikuwa akizunguka, wakati sauti kali ya mluzi ilipomfanya arudi haraka: Njiwa mkubwa alitua usoni mwake, na alikuwa anampiga kwa nguvu na mabawa yake.

"Nyoka!" alipiga mayowe Njiwa.

"Mimi si nyoka!" alikataa katakata Alisi, "Niachie!"

"Nyoka, ninasema tena!" alirudia kusema Njiwa, lakini kwa sauti ya unyonge, na kuongeza kwa kwikwi za machozi, "Nimejaribu kila njia, lakini hakuna kinachowapendeza!"

"Sielewi hata kidogo nini unachozungumzia," alisema Alisi.

"Nimejaribu kwenye mizizi ya miti, na nimejaribu kando-kando ya mito, na nimejaribu vichakani," Njiwa aliendelea kusema bila ya kumsikiliza Alisi; "lakini wale nyoka! Hakuna njia ya kuwaridhisha!"

Alisi alizidi kuchanganyikiwa, lakini aliwaza kulikuwa hakuna faida ya kusema chochote zaidi hadi hapo Njiwa atakapokuwa amemaliza.

"Utadhani kama vile kazi ya kutamia mayai haikutosha," alisema Njiwa; "lakini sina budi kuchunguza mienendo ya nyoka usiku na mchana ili kujihami! Ukweli ni kwamba sijaweza hata kufunga macho kupata usingizi katika wiki tatu hizi!"

"Nasikitika umekereka," alisema Alisi, aliyekuwa anaanza kuelewa ukweli wa hali.

"Na nilipomudu tu kuhamia juu ya mti mrefu kuliko yote katika kiunga hichi" aliendelea kusema Njiwa, akizidi kuikuza sauti yake kwa ukulele mkali, "na nilipoanza tu kuwaza kwamba angalau nimeondokana nao na kuwa huru mwishoni, wanakuja huku huku wakinyonga miili yao kutoka angani! Loh, Nyoka!"

"Lakini mimi si nyoka, ninakuambia!" alisema Alisi. "Mimi ni—mimi ni—"

"Kumbe wewe ni nani hasa?" alisema Njiwa. "Nishajua unajaribu kubuni jambo!"

"Mimi—mimi ni msichana mdogo" alisema Alisi, kwa wasiwasi, kwa vile alikumbuka mabadiliko kadhaa yaliyomtokea siku ile nzima.

"Nilitarajia utatoa hadithi kama hii!" alisema Njiwa, kwa sauti ya chuki kubwa. "Nimeshapata kuwaona wasichana wadogo wengi wakati wangu, lakini sijapata kuona hata mmoja aliyekuwa na shingo namna hiyo! Hapana, hapana! Wewe ni nyoka tu; na hakuna sababu ya kukana. Nadhani utadiriki kuniambia safari nyengine kwamba hujawahi kuonja yai!"

"Nimewahi kula mayai, hiyo ni hakika," alisema Alisi, ambaye alikuwa ni mtoto mkweli; "lakini wasichana wadogo hula mayai kama nyoka wanavyokula, unafahamu."

"Siamini," alisema Njiwa; "lakini kama kweli wanakula, basi na wao ni aina ya nyoka: hiyo ndiyo kauli yangu."

Jambo hili lilikuwa ni wazo jipya kwa Alisi, na hivyo alikaa kimya kwa muda wa dakika moja au mbili hivi, na hali hii ikampa fursa Njiwa kuongezea, "Wewe unayatafuta mayai, hilo ninalitambua fika; na inahusu nini kwangu mimi, kama wewe ni msichana mdogo au ni nyoka?"

"Inanihusu sana mimi," alisema Alisi kwa haraka; "mimi sitafuti mayai, kama ilivyo; na kama ningalikuwa natafuta, nisingaliyataka yako; siyapendi mabichi."

"Kama ni hivyo, basi ondoka!" alisema Njiwa kwa sauti ya kununa, huku akikalia kiota chake. Alisi alichutama chini miongoni mwa miti kwa jinsi alivyoweza. Shingo yake ikaendelea kujizonga katika matawi, na mara kwa mara ilimbidi kusita na kujinasua. Baada ya muda alikumbuka kwamba bado amevishikilia vile vipande vya uyoga mikononi mwake, na alipanga kuvifanyia kazi kwa tahadhari; kung'ata kwanza kimoja, na baadaye chengine, na kuwa mrefu mara nyengine na mfupi mara nyengine, hadi hapo alipofanikiwa kujirudisha katika urefu wake wa kawaida.

Kilipita kipindi kirefu hadi kukaribia umbo lake la kawaida, hivyo ilimpa hisia ya ajabu mwanzoni; lakini alizoea baada ya dakika chache tu, na kuanza kujiongelesha mwenyewe kama kawaida yake. "Afadhali, angalau nusu ya mipango yangu imekamilika sasa! Mabadiliko ya kutatanisha haya yanayonitokea, hata sina uhakika nitakuwa nini, kutoka dakika moja hadi nyengine! Hata hivyo angalau nimepata kimo sahihi cha umbo langu: jambo linalofuata ni kuingia katika ile bustani ya kupendeza—hii itafanyikaje, nashangaa?" Aliposema hivi, akashtukia kafika kwenye uwanja wa wazi, na kulikuwa na kijumba kidogo pale chenye urefu wa kiasi cha futi nne hivi. "Yeyote anayeishi pale," aliwaza Alisi, "Haitokuwa vyema mimi kwenda pale na urefu wangu: bila ya hivyo nitawatisha na watachanganyikiwa!" Hivyo akaanza kung'ata tena kipande kilichopo mkono wa kulia, na hakuthubutu kukaribia nyumba ile hadi hapo alipoweza kujifupisha hadi kufikia inchi tisa.

SEHEMU YA VI

Nguruwe na Pilipili

Kwa dakika moja au mbili hivi alisimama huku akiangalia nyumba na kuwaza kipi cha kufanya baada ya hapo, ambapo ghafla mtumishi aliyevaa sare rasmi alitokea akikimbia kutokea kichakani—(Alihisi tu huyu ni mtumishi kwa sababu alikuwa amevaa vazi rasmi la kitumishi: bila ya hivyo, kwa kuangalia wajihi wake tu, angeweza kusema huyu ni samaki)—na akaugonga mlango kwa nguvu kutumia ngumi zake. Ukafunguliwa na mtumishi mwengine ambaye pia alivaa vazi lile rasmi na alikuwa na uso wa duara na macho makubwa kama chura; na watumishi wote wawili walikuwa wana nywele za mawimbi ambazo zilionekana kama zimemwagiwa unga na kujizungurusha katika vichwa vyao vyote vizima. Alitaka sana kuchunguza haya yote yalihusu nini, na hivyo akatoka kidogo nje ya kichaka ili kusikiliza.

Yule Mtumishi-Samaki akaanza kwa kutoa kwapani mwake barua ndefu sana, urefu ulifikia kimo chake yeye mwenyewe, na hii akampa mwenzake huku akinena kwa sauti ya unyenyekevu, "Kwa *Duchess.* Mwaliko kutoka kwa Malkia kucheza krokei.“ Yule Mtumishi-Chura akarudia kwa sauti ile ile ya unyenyekevu, akibadilisha kidogo tu sehemu ambapo maneno yaliwekwa, “Kutoka kwa Malkia. Mwaliko kwa Duchess kucheza krokei.”

Halafu wote wawili walipiga magoti na nywele zao za mawimbi zikashikamana.

Kuona hivi Alisi alicheka mno, kiasi ambacho ikambidi arudi tena kichakani kwa kuogopa wasije wakamsikia; na alipochungulia tena, yule Mtumishi-Samaki alikuwa keshapotea na yule mwengine alikuwa kakaa chini karibu na mlango huku akikodolea mbingu kama bwege.

Alisi akasogea mlangoni kwa woga na kugonga.

"Hakuna haja ya kugonga" alisema yule Mtumishi, " na hiyo ni kwa sababu mbili, mosi kwa vile *mimi* nipo upande huo huo wa mlango kama wewe: na pili ni kwa sababu wanafanya makelele mno humo ndani, hivyo hakuna atakayekuwa na uwezo wa kukusikia". Na kwa hakika *kulikuwa* na kelele zisizo za kawaida zikiendelea humo ndani—kulikuwa na mfulilulizo wa mlio wa kubweka na kupigwa chafya, na mara kwa mara kulitokea mlio mkuu wa mvunjiko, kama vile chombo au birika limevunjika vipande vipande.

"Tafadhali, basi," alisema Alisi, "nitaingiaje ndani?"

"Labda kugonga kwako kutakuwa na maana," yule Mtumishi aliendelea, bila ya kumjali, "Laiti kama kungalikuwa na mlango baina yetu. Tuseme, kama wewe ungekuwa *ndani*, hapo ungaliweza kugonga, na ningaliweza kukufungulia utoke, ushafahamu". Wakati huu wote alikuwa anaangalia juu mbinguni huku akiendelea kusema, na jambo hili Alisi alilihisi kuwa ni utovu wa adabu. "Pengine labda hafanyi makusudi," akawaza kimoyomoyo; "macho yake yapo juu *mno* ya kichwa chake. Lakini kwa vyovyote vile angeweza kujibu maswali—Vipi naweza kuingia ndani?" akarudia, kwa sauti kuu.

"Nitakaa hapa hapa," akanena yule Mtumishi, "hadi hapokesho—"

Papo hapo mlango wa nyumba ukafunguka, na sahani kubwa ikajitokeza kwa kasi, moja kwa moja hadi kwenye kichwa cha yule bwana: ilifyeka pua yake tu, na kupasuka vipande vipande kwenye mti nyuma yake.

"—au pengine kesho yake, labda," yule Mtumishi aliendelea kusema kwa sauti ile ile, kama vile hakuna chochote kilichotokea.

"Nitaingiaje ndani?" akauliza tena Alisi, kwa sauti kuu zaidi.

"Hivyo wewe *ni* sharti uingie kwani?" akasema yule Mtumishi. "Hilo ndilo suala la mwanzo, unajua."

Ilikuwa hivyo, bila ya shaka: ila ni kwamba tu, Alisi hakupenda kuambiwa hivyo. "Haya ni maudhi," akajisemea moyoni, "jinsi viumbe vyote vinavyoshindana. Inaweza kumfanya mtu akapata wazimu!"

Yule Mtumishi alionekana akiwaza kwamba hii ndiyo ilikuwa fursa nzuri ya kurudia kauli yake, kwa kubadilisha badilisha maneno. "Mimi nitakaa hapa hapa," alisema "siku nenda siku rudi."

"Sasa *mimi* nitafanyaje?" akasema Alisi.

"Unachokipenda mwenyewe," akasema yule Mtumishi, na kuanza kupiga miluzi.

"Ah, hakuna haja ya kuongea naye huyu," akasema Alisi bila ya matumaini: "ni mpumbavu kabisa!" na hapo akaufungua mlango na kuingia ndani.

Mlango uliongoza moja kwa moja hadi katika jiko kubwa, lililojaa moshi kote, kutokea upande mmoja hadi mwingine: Duchess alikuwa amekalia kigoda chenye miguu mitatu, akiwa katikati ya jiko huku akimbembeleza mtoto mchanga: mpishi alikuwa kauinamia moto, akikoroga sufuria kubwa ambalo lilionekana kujaa supu.

"Pilipili manga imejazwa mno katika supu ile!" Alisi alijisemea huku akipiga chafya.

Hakika ilikuwa imesambaa kwa wingi *hewani*. Hata Duchess alipiga chafya mara moja moja; na kuhusu mtoto mchanga, yeye alikuwa akitoka kupiga chafya hupiga mayowe bila ya kusita hata kidogo. Hapo jikoni, viumbe viwili tu havikuwa vikipiga chafya, navyo ni mpishi na paka mkubwa ambaye alikuwa amejilaza juu ya eneo linalokokewa moto huku akitabasamu kwa kukenua meno kutoka sikio hili hadi lile.

"Tafadhali nieleze," alisema Alisi kwa haya, maana hakuwa na hakika kama ilikuwa ni tabia njema kwa yeye kuanza kuongea, "kwa nini paka wako anatabasamu huku akikenua meno namna hivyo?"

"Ni paka mwenye asili ya Cheshire," alisema Duchess, "na ndiyo maana. Nguruwe!" Neno hilo la mwisho alilitamka ghafla na kwa ukatili hadi kumfanya Alisi aruke; lakini papo hapo akagundua kwamba hilo neno lililengwa kwa mtoto mchanga, na siyo kwake yeye. Hivyo akapata moyo na kuendelea tena:—

"Sikujua kwamba paka wa Cheshire wanakenua meno kutwa; na kwa hakika, sikujua kwamba paka wana *uwezo* wa kukenua meno"

"Wote wanaweza," akasema Duchess, "na wengi wao wanafanya hivyo"

"Mimi siwajui wanaofanya hivyo," Alisi akasema kwa unyenyekevu sana, huku akifurahi angalau ameweza kujiingiza kwenye mazungumzo.

“Hujui mambo mengi,” akasema Duchess “na huo ndiyo ukweli wenyewe”

Alisi hakupenda kabisa mwelekeo wa majibu hayo na akafikiri labda itakuwa bora kuanzisha mazungumzo mapya. Wakati akifikiri alete mazungumzo gani, mpishi akaepuwa lile jungu la supu, na papo hapo akaanza kushughulika kutupa hovyo chochote kilichokuwa karibu naye na kumrushia Duchess na mtoto mchanga. Nondo za kuchochelea moto zilirushwa kwanza, na vikafuatilia vikaango, sahani, na vyombo. Duchess hakuvishughulikia hata vilivyomgonga; na mtoto mchanga tangu hapo alikuwa akipiga makelele, hivyo ilikuwa vigumu kutambua kama mapigo yalimwumiza au hapana.

“Jamani, *tafadhalini* mjihadhari na mnachofanya!” akapiga kelele Alisi huku akirukaruka kwa khofu na woga. “Eee mtoto, pua yake ya *thamani* hiyo inakatwa!” alipiga mayowe Alisi, wakati kikaango kikubwa kilipovurumishwa karibu sana na pua, na hata kingeweza kuikata.

“Laiti kama kila mtu angejali yaliyomhusu,” Duchess alipiga kelele kwa sauti nzito ya kunguruma, “dunia ingezunguka haraka zaidi ya sasa.”

“Ambayo *haitokuwa* na faida,” akasema Alisi ambaye alifurahia kupata nafasi ya kuonyesha elimu yake. “Hebu fikiria kazi gani itafanya katika mchana na usiku! Unajua nini... dunia inachukua masaa ishirini na nne kuzunguka kwenye mpini wake—”

“Kuhusiana na mpini, hebu chukua huo mpini na shoka lake umkate kichwa chake kidondoke!” akasema Duchess.

Alisi akamwangalia mpishi kwa wasiwasi ili aone kama amefumbua kidokezo hicho; lakini mpishi alikuwa kashughulika kukoroga supu, na wala hashughuliki kusikiliza, hivyo akaendelea tena: “Nadhani ni masaa ishirini na nne, au ni kumi na mbili vile? Mimi—”

"Ah hebu huko usinisumbue *mimi!*" akasema Duchess; "Mimi siyawezi mambo ya mahesabu!" Na baada ya hapo akaanza kumbembeleza mtoto wake tena kwa kumwimbia nyimbo ya kumlaza, na huku akimsukuma kwa nguvu baada ya kila mstari wa nyimbo:—

"Msemeze kwa ujeuri mvulana wako mdogo,
Na mchape akipiga chafya:
Hufanya hivyo kukuletea makero
Kwa sababu anatambua anakuchokoza."

Kiitikio
(Ambapo mpishi na mtoto mchanga wanajiunga):—
"Hee! Hee! Hee!"

Wakati Duchess akiimba ubeti wa pili wa nyimbo, aliendelea kumrusha rusha mtoto kwa nguvu sana juu na chini, na kile kitoto masikini kikapiga mayowe sana, hata Alisi hakuweza kusikia maneno vizuri:—

"Namgombeza sana mtoto wangu wa kiume,
Namchapa akipiga chafya,
Kwani anaweza kufurahia mno
Pilipili kama apendavyo!"

Kiitikio
"Hee! Hee! Hee!"

"Haya! Unaweza kumbembeleza kidogo ukitaka!" Duchess alimwambia Alisi, huku akimrushia huyo mtoto alipokuwa anasema. "Sina budi kwenda kujitayarisha ili kucheza krokei na Malkia," na akaharakisha kutoka nje ya chumba. Alipokuwa anatoka mpishi alimvurumishia kikaango lakini kikamkosa chupuchupu.

Alisi alimdaka mtoto kwa shida, kwa vile hicho kiumbe kilikuwa na umbo dogo la ajabu, na kilinyoosha mikono na miguu yake pande mbali mbali " kama kiti cha pweza," aliwaza Alisi. Masikini alipokidaka kiumbe kile kidogo kilikuwa kinatoa pumzi kwa kunguruma utadhani gari moshi linaloendeshwa na mvuke. Na kilijitanua maradufu na kujinyoosha tena kiasi ambacho kwa dakika chache za mwanzo ilikuwa tabu kukikamata.

Mara tu alipogundua namna ya kumlea mtoto yule (ambayo ilibidi kumzungusha kama fundo na baadaye kulishikilia sikio la kulia na mguu wa kushoto ili kumzuwia asijifungue), akambeba nje katika hewa safi. "Kama sijamchukua huyu mtoto," aliwaza Alisi, "ni hakika watamwua katika siku mbili hizi: si itakuwa mauwaji kumtelekeza kwa kumwacha?"

alitamka maneno haya ya mwisho kwa sauti kubwa. Na kile kiumbe kikajibu kwa kutoa sauti ya kunguruma kama nguruwe (alikuwa keshaacha kupiga chafya wakati huu). "Usingurume kama kiguruwe," alisema Alisi; "hiyo siyo namna ya kistaarabu hasa ya kujieleza."

Mtoto akarudia vile vile na ile sauti yake na Alisi akamwangalia vizuri uso wake ili kujua kuna matatizo gani. Kulikuwa hakuna shaka yoyote kwamba alikuwa na kipua kilichotokeza *sana* kwa juu, kilionekana kuwa zaidi kama vile mtutu wa pua ya nguruwe kuliko pua ya kawaida: Pia macho yake yalikuwa madogo mno kulingana na ya mtoto mchanga: kwa ujumla Alisi hakupendezwa hata kidogo na umbile la hiki kitu. "Lakini labda alikuwa analialia tu," aliwaza na akamtazama tena machoni kuona kama kuna machozi.

Hapana, hakukuwa na machozi. "Kama utageuka kuwa nguruwe, mpendwa," alisema Alisi bila mzaha, "sitotaka kuhusika na lolote kuhusiana nawe. Ujue kabisa!" Masikini kile kiumbe kikalia tena (au labda kilinguruma, lakini haikuwa rahisi kutambua kipi alichokifanya), na wakaendelea kubaki kimya kwa muda.

Alisi alikuwa anaanza kujifikiria, "Hivi nitakifanyaje kiumbe hichi nikifika nyumbani?" Mara kikanguruma tena, kwa nguvu mno, na hivyo akalazimika kumtizama uso kwa mshituko. Safari hii, hakukuwa na cha kukosea *asilan*: hakuwa hivi wala vile—ni nguruwe. Alihisi ni viroja kumbeba tena.

Hivyo akamtua chini, na kushusha pumzi kwa ghafla alipomwona anakimbizana polepole kichakani. "Kama angalipata umri," akajisemea, "angalikuwa mtoto mwenye sura mbovu sana: lakini kwa nguruwe ni mzuri, nadhani." Na akaanza kuwafikiria watoto wengine aliokuwa anawajuwa ambao wangefaa sana kuwa nguruwe, na akawa anajisemea, "Laiti kama mtu angejua njia sahihi ya kuwabadilisha—" aliposhtushwa kwa ghafla kumwona paka ajulikanaye kama

Paka wa Cheshire akiwa kakaa kwenye tawi la mti hatua chache tu na alipokuwapo.

Alipomwona Alisi tu, Paka alikenua. Alionekana kuwa mnyama mtaratibu, aliwaza, hata hivyo alikuwa na makucha marefu *mno* na meno mengi sana, hivyo akahisi inafaa kumheshimu.

"Paka wa Cheshire," akaanza kwa kumwita huku akiona haya kwa sababu hakuweza kufahamu kama atalipenda hilo jina: hata hivyo paka alikenua. Alisi akawaza "Alaa, kafurahi mpaka sasa" hivyo akaendelea kusema. "Tafadhali unaweza kunielekeza njia gani nielekee kutoka hapa?"

"Hiyo inategemea na wapi unataka kuelekea," akasema Paka.

"Sijali wapi hata kidogo—" akasema Alisi.

"Basi haihusu njia utayochukua," akasema Paka.

"—mradi tu nifike *pahali*," Alisi akaongeza kufafanua.

"Aah una uhakika wa kufanya hivyo," akasema Paka, "almradi utembee masafa ya kutosha."

Alisi alihisi hili haliwezi kupingika, hivyo akajaribu suala jengine."Watu wa aina gani wanaishi maeneo ya hapa?"

"Upande *ule*," Paka alisema, huku akipunga unyayo wake wa kulia, "anaishi Mshona Kofia, na upande *ule*," huku akipunga unyayo wake mwengine, "anaishi Sungura wa Masika. Mtembelee unayemtaka, wote ni vichaa."

"Lakini sitaki kwenda miongoni mwa vichaa," akasema Alisi.

"Ahh hayo hutoyamudu," akasema Paka: "sote hapa ni vichaa. Mimi kichaa. Wewe ni kichaa."

"Unajuaje kama mimi ni kichaa?" akasema Alisi.

"Lazima upo hivyo," akasema Paka, "bila ya hivyo usingekuja hapa."

Alisi hakudhani kabisa kwamba hilo ndo limethibitisha wazimu: hata hivyo, aliendelea "Na unajuaje kwamba wewe ni kichaa?"

"Kwa kuanzia," alisema Paka, "mbwa si mwendawazimu. Unakiri hivyo?"

"Nadhani ni sawa," akasema Alisi.

"Sasa basi" Paka akaendelea, "si unaona mbwa hunguruma akiwa amekasirika, na kuuyumbisha mkia wake akiwa na furaha. Sasa mimi kwa upande wangu ninanguruma nikiwa na furaha na kuyumbisha mkia wangu nikikasirika. Kwa hivyo mimi mwendawazimu."

"Ningesema, kulia siyo kunguruma," akasema Alisi.

"Sema unavyotaka," akasema Paka. "Je unacheza krokei na Malkia leo?"

"Ningependa sana," akasema Alisi, "lakini sijaalikwa bado"

"Utanikuta kule," akasema Paka na kupotea.

Alisi hakushangazwa na haya, alikuwa keshaanza kuzoea kuona viroja kama hivi kutokea. Wakati bado akiangalia pale paka alipokuwapo awali, akatokea tena kwa ghafla.

"Hebu nambie, yamemsibu nini mtoto?" akauliza paka. "Karibu nisahau kukuuliza."

"Aligeuka kuwa nguruwe," Alisi akajibu kwa sauti ndogo, kama vile Paka alirejea kwa kawaida.

"Nilihisi atakuwa hivyo," akasema Paka na kupotea tena.

Alisi alingoja kidogo huku akitarajia kiasi fulani kumwona tena, lakini hakutokea tena. Baada ya dakika chache, akatembea kuelekea kule ambapo Sungura wa Masika anaishi. "Nimeshawahi kuwaona washona kofia hapo awali," akajisemea mwenyewe; Sungura wa Masika atakuwa anavutia hasa kwa vile huu ni mwezi wa tano, hatopandisha kichaa sana—angalau si kichaa sana kama alivyokuwa wakati wao wa majira ya masika ya mwezi wa tatu." Alivyotamka tu hii, akaangalia juu, na hapo alikuwapo yule paka tena, kakaa juu ya tawi la mti.

"Eti ulisema 'nguruwe' au 'furu'?" alisema Paka.

"Nilisema 'nguruwe'," akajibu Alisi, "na natamani ungewacha kujitokeza tokeza na kupotea mara kwa mara. Unanifanya nione kizunguzungu!"

"Sawa," akasema paka na safari hii akapotea pole pole, akianzia na ncha ya mkia na kumalizia na mkenuo wake, ambao ulibaki kwa muda baada ya yeye kupotea kabisa.

"Kumbe! Nimeona sana paka bila ya kukenua," aliwaza Alisi, "lakini mkenuo bila ya paka! Kitu cha kushangaza mno, sijawahi kuona katika maisha yangu yote!"

Hakufika mbali sana na mara akaiona nyumba ya Sungura wa Masika. Aliwaza lazima hii ndiyo nyumba yenyewe, madohani ya kutolea moshi yalifanana na masikio, na paa la nyumba lilikuwa limeezekwa kwa manyoya ya mnyama. Ilikuwa nyumba kubwa mno, hata hakupendelea kuikaribia kabla ya kutafuna zaidi ule uyoga uliokuwa mkono wa kushoto, na akajikuza kufikia urefu wa kama futi mbili hivi: na hata hivyo alielekea kwenye nyumba kwa haya, huku akinong'ona mwenyewe, "Je kama akiwa mwendawazimu kabisa itakuwaje! Natamani labda bora ningalikwenda kumwona Mshona Kofia badala yake!"

SEHEMU YA VII

Hafla ya Chai ya Wazimu

Kulikuwa na meza iliyoandaliwa chini ya mti mkabala na nyumba, na Sungura wa Masika na Mshona Kofia walikuwa wanakunywa chai hapo. Kipanya kilikuwa kimeketi baina yao, kimelala fofofo, na wale wawili walimtumia kama mto, wakiegesha viwiko vyao, huku wakiongea baina yao. "Mateso makubwa kwa Kipanya," aliwaza Alisi. "Lakini kwa vile amelala, nadhani hatojali."

Meza ilikuwa kubwa, ila wote watatu walikuwa wamejibana upande mmoja wa meza. "Hapana nafasi! Hapana nafasi!" wote walipiga kelele walipomwona Alisi anakuja. "Mbona nafasi imejaa!" alisema Alisi kwa ghadhabu na kukaa juu ya kiti kikubwa cha starehe upande mmoja wa meza.

"Kunywa mvinyo kidogo," akasema Sungura wa Masika kwa sauti ya kumshawishi.

Hapo Alisi akazungusha macho kote mezani, lakini hakukuwa na chochote zaidi ya chai, "Sioni mvinyo wowote hapa" akasema.

"Tangu hapo hakuna hapa," akasema Sungura wa Masika.

"Basi nyinyi hamkuonyesha ustaarabu kunikaribisha mvinyo na hali kumbe haupo," akasema Alisi kwa hasira.

"Na wewe pia hukuonyesha ustaarabu kujikalisha mezani bila ya kukaribishwa," akasema Sungura wa Masika.

"Sikujua kwamba ni meza yako," akasema Alisi, "imeandaliwa kwa wengi zaidi kuliko watatu."

"Nywele zako zinahitaji kupunguzwa," akasema Mshona Kofia. Alikuwa akimwangalia Alisi kwa muda mrefu kwa mshangao wa kudadisi na hii ilikuwa ni mara yake ya kwanza kusema chochote.

"Jifundishe kutoropokwa kuingilia mambo binafsi ya watu," Alisi alisema kwa ukali. "Ni upotovu wa adabu."

Mshona Kofia akakodoa macho aliposikia hivyo, lakini jambo pekee alilolisema lilikuwa, "Kwa nini kunguru anafanana na meza ya kuandikia?"

"Haya, sasa tutastarehe!" akawaza Alisi. "Nimefurahi wameanza kutoa vitendawili—nadhani naweza kuyabuni hayo," akaongeza kwa sauti ya juu.

"Unakusudia kusema kwamba unao uwezo wa kulijibu hilo?" akaendelea kusema Sungura wa Masika.

"Khasa, ndivyo hivyo," akasema Alisi.

"Basi sema unamaanisha nini," Sungura wa Masika akaendelea kusema.

"Ndiyo ninao uwezo," Alisi akajibu haraka haraka. "Angalau—angalau ninachosema ndicho ninachomaanisha—basi ndo hicho hicho, si unajua."

"Siyo hicho hicho hata kidogo," akasema Mshona Kofia. "Basi - unaweza pia kusema kwamba 'Ninakiona ninachokila' ni sawa sawa na 'Ninakila ninachokiona'!"

"Basi ungeweza kusema, kwamba 'Ninakipenda ninachokipata' ni sawa sawa na 'Ninakipata ninachokipenda'!"

"Pia ungeweza kusema," kikaongezea Kipanya ambacho kilionekana kama kikiongea huku kikiwa usingizini, "kwamba 'Ninapumua wakati nikilala' ni kitu sawa na 'Ninalala wakati ninapumua'!"

"Hii ni sawa sawa kwako wewe mwenyewe," akasema Mshona Kofia, na hapa ikawa mwisho wa mazungumzo, na ndiyo basi ile hafla ikawa kimya kwa muda mfupi hivi, huku Alisi akiwaza tena kila kitu alichoweza kukikumbuka kuhusu kunguru na meza za kuandikia, lakini haikuwa na maana.

Mshona Kofia alikuwa wa kwanza kuuvunja ukimya huu. "Hivi leo ni siku gani ya mwezi?" akasema huku akimgeukia Alisi: alikuwa ametoa saa mfukoni mwake na akawa anaiangalia kwa wasiwasi huku akiitikisa tikisa mara kwa mara na kuiweka sikioni.

Alisi alifikiri kidogo, na kusema "Tarehe nne."

"Umekosea kwa siku mbili!" akanena Mshona Kofia. "Nilikuambia siagi haitofaa kwa kazi hizi!" akaongea, huku akimwangalia Sungura wa Masika kwa hasira.

"Ilikuwa ndiyo siagi bora kuliko zote," akajibu Sungura wa Masika kwa woga.

"Lakini mabaki ya mkate lazima yaliingia ndani pia," Mshona Kofia alilalamika. "Usingeitia na kisu cha kukatia mkate."

Sungura wa Masika akaitoa saa na kuitazama kwa huruma, baadaye akaichovya katika kikombe chake cha chai. Akaitizama tena, lakini hakufikiria jambo lolote bora zaidi la kusema kuliko usemi wake wa awali, "Ilikuwa siagi bora kuliko zote, unajua."

Alisi wakati huo alikuwa akimwangalia kupitia begani mwake kwa mshangao. "Saa ya kichekesho!" akanena. "Inaonyesha tarehe ya mwezi lakini haikuambii saa ngapi!"

"Na kwa nini hasa ikuambie," akasema Mshona Kofia. "Je kwani wewe saa yako inakuonyesha mwaka gani huu?"

"Bila ya shaka hapana," Alisi akajibu kwa ujuba kidogo, "lakini hiyo ni kwa sababu unabaki mwaka huo huo kwa kipindi kirefu."

"Ambavyo ni sawa kama yangu," akasema Mshona Kofia.

Alisi alipigwa na mshangao. Tamko la Mshona Kofia lilionekana kama halina maana yoyote, lakini kwa hakika lilikuwa limenenwa katika lugha yetu. "Kwa hakika sikuelewi," alisema kwa utaratibu mkuu.

"Kipanya bado kinalala tena," akasema Mshona Kofia na kumwagia chai ya moto kidogo kwenye kipua chake.

Bila ya kusubiri, Kipanya kikatikisa kichwa chake na kusema hata bila ya kufungua macho yake, "Bila ya shaka, bila ya shaka; hata mimi nilikusudia kusema hivyo."

"Je umeweza kukigundua kitendawili?" Mshona Kofia akasema huku akimgeukia Alisi tena.

"Hapana, nimeshindwa," Alisi alijibu: "Nini jawabu?"

"Sijui kabisa," alisema Mshona Kofia.

"Hata mimi sijui," akasema Sungura wa Masika.

Alisi akashusha pumzi kama mtu aliyechoka. "Nafikiri mngaliweza kufanya jambo la maana zaidi na huu wakati," akasema Alisi, "kuliko kuupoteza kwa vitendawili visivyokuwa na majawabu"

"Laiti kama ungeujua Wakati kama vile mimi ninavyoujua," akasema Mshona Kofia, "Usingethubutu kuzungumza kuhusu kuupoteza Wakati. Ni yeye."

"Sielewi unamaanisha nini," akasema Alisi.

"Bila ya shaka huelewi!" Mshona Kofia akasema huku akitikisa kichwa chake kwa kashfa. "Nathubutu kusema, wewe wala hujawahi kuzungumza na Wakati!"

"Labda sijazungumza," akajibu Alisi kwa uangalifu, "lakini najua lazima niushinde Wakati nikiwa najifunza mziki."

"Khasa! Hii sasa inaeleweka," akasema Mshona Kofia. "Huyu hakubali kushindwa. Na kama ungekaa naye vyema, angefanya chochote unachokitaka na saa. Mathalan, ingekuwa saa tatu asubuhi, wakati wa kuanza masomo: ungemnong'oneza Wakati kwa kumdokezea tu, na saa hapo hapo ingeanza kuzunguka haraka! na mara ingekuwa imefikia saa saba unusu, wakati wa mlo wa mchana.

("Natamani ingekuwa hivyo," akajisemea Sungura wa Masika akinong'ona.)

"Hiyo ingekuwa babu-kubwa kwa hakika," akasema Alisi kwa hekima. "lakini, nisingekuwa na njaa unajua."

"Labda siyo mwanzoni," akasema Mshona Kofia, "lakini ungeweza kuendelea kuiweka saa ibakie saa saba na nusu kwa kipindi chochote unachotaka."

"Ndivyo hivyo wewe unavyoendesha mambo?" akauliza Alisi

Mshona Kofia akatikisa kichwa kwa huzuni. "La, si mimi!" akajibu. "Tuligombana Masika yaliyopita, mwezi wa tatu—kabla tu yeye hajaanza kichaa chake, unajua—" (akimnyooshea Sungura wa Masika kwa kijiko) "—ilikuwa kwenye tafrija kubwa iliyofanywa na Malkia wa Karata, na mimi ilinibidi kuimba,

'Meremeta, meremeta, popo mdogo!
Ninajiuliza wataka fanya inda gani!'

Labda unaijua nyimbo hiyo?"

"Nimewahi kusikia kitu kama hicho," akasema Alisi

"Inaendelea, unajua," Mshona Kofia akaendelea, namna hii:—

'Juu angani utaruka,
Kama sinia la chai mbiguni,
Meremeta, meremeta—'"

Wakati huu Kipanya kikajikung'uta na kuanza kuimba kikiwa usingizini, "*Meremeta, meremeta, meremeta, meremeta—*" na kuendelea kwa kipindi kirefu hadi ikabidi wakifinye ili kisite.

"Yaani, nilikuwa hata sijamaliza ubeti wa kwanza," akasema Mshona Kofia "ambapo Malkia akapiga kelele kwa sauti nzito, 'Anauua wakati! Mkateni kichwa!'"

"Ni unyama gani uliopindukia huo!" akasema kwa nguvu Alisi.

"Na toka wakati huo," Mshona Kofia akaendelea kwa sauti ya kunung'unika, "hatofanya jambo lolote nitakalomwambia! Sasa, daima kila mara ni saa kumi na mbili."

Wazo jema likamjia Alisi akilini mwake, "Je hiyo ndiyo sababu vimezagaa vyombo vya chai kote hapa?" akauliza.

"Ndiyo, tena khasa," akasema Mshona Kofia na kushusha pumzi. "Kila wakati ni wakati wa chai, na hatuna muda wa kukosha vyombo baina ya hili na lile."

"Hivyo mnazunguka hapa, nadhani," akasema Alisi.

"Sawa sawa, ndiyo khasa," akasema Mshona Kofia, "inakuwa jinsi vitu vinavyotumika."

"Na je inakuwaje mnavyoanza tena?" Alisi akadiriki kuuliza.

"Kwa mfano tukibadili mada ya mazungumzo," Sungura wa Masika akaingilia kati huku akipiga miayo. "Ninaanza kuchoshwa na haya. Mimi ninapendekeza, bora bi mdogo atusimulie hadithi."

"Nasikitika mimi sijui hadithi hata moja," akasema Alisi, huku akishtushwa na hilo pendekezo.

"Basi Kipanya kitatoa hadithi," wakaruka wote wawili. "Haya amka Kipanya!" Na wakamfinya pande zote mbili kwa wakati mmoja.

Kipanya kikaanza kufungua macho yake polepole. "Mimi sikuwa nimelala," kikasema kwa sauti nzito yenye unyonge, "Nilisikia kila kitu mlichokuwa mkisema."

"Haya tusimulie hadithi," akasema Sungura wa Masika.

"Kweli tafadhali tuhadithie!" akabembeleza Alisi.

"Na harakisha," akaongezea Mshona Kofia, "bila ya hivyo utakuwa umeshalala kabla hadithi haijamalizika."

"Hapo kale kulikuwa na dada wadogo watatu," Kipanya kikaanza kusimulia kwa haraka; "na majina yao yalikuwa Elisi, Lasi na Tili; na waliishi chini ya kisima—"

"Walikula nini?" akasema Alisi, ambaye daima alipenda sana kujua masuala ya kula na kunywa.

"Waliishi kwa kutegemea asali ya miwa," kikajibu Kipanya baada ya kufikiri kwa muda kidogo.

"Wasingeweza kufanya hivyo, unafahamu," Alisi akatoa wazo kwa utulivu, "maana wangeugua."

"Na ndiyo ilivyokuwa." Kipanya kikasema; "waliugua sana."

Alisi akaanza kujifikiria yeye mwenyewe jinsi maisha kama hayo yangaliweza kumwathiri. Na ikamkwaza mno: hivyo akaendelea, "Lakini kwa nini waliishi chini ya kisima?"

"Ongeza chai zaidi," Sungura wa Masika akamhimiza.

"Mimi sijaweka chochote kinywani mwangu hadi sasa," Alisi akajibu kwa sauti ya kukereka, "Kwa hivyo halipo suala la kusema niongeze zaidi."

"Una maana huwezi kuchukua pungufu," akasema Mshona Kofia. "Ni rahisi sana kuchukua zaidi kuliko kile kisichokuwepo."

"Hakuna aliyekuuliza mawazo yako," Alisi akasema.

"Nani anayekosoa nafsi za wengine sasa?" Mshona Kofia akanena kwa ushindi.

Kwa hili, Alisi hakuwa na la kusema: hivyo akajiwekea chai na mkate na siagi, halafu baadaye akakigeukia kipanya, na kurudia suala lake tena, "Kwa nini waliishi chini ya kisima?"

Kipanya kikachukuwa dakika mbili tatu hivi kutafakari na kikasema, "Kilikuwa kisima cha asali ya miwa."

"Hakuna kitu kama hicho!" Alisi akawa anaanza kusema kwa hasira, lakini Mshona Kofia na Sungura wa Masika wakaanza kusema "Sh! sh!" na Kipanya kikasema huku kimenuna "Kama huna heshima, basi imalizie hadithi mwenyewe."

"Hapana, tafadhali, endelea!" akasema Alisi kwa unyenyekevu, "Sitoingilia tena. Nadiriki kusema kwamba pengine kipo kisima kimoja kama hicho."

"Kimoja, kwa hakika!" kikasema kipanya huku kimeudhika. Hata hivyo kikakubali kuendelea. "Na hivyo hawa dada wadogo watatu—walikuwa wanaanza kujifunza kuchora, unajua—"

"Walichora nini?" akasema Alisi, huku akisahau ahadi yake.

"Asali ya miwa," kikasema Kipanya. Wakati huu bila ya kufikiria chochote.

"Ninataka kikombe kisafi," ghafla aliingilia kusema Mshona Kofia. "Hebu sote tusogee nafasi moja mbele."

Akasonga mbele wakati akinena, na Kipanya nacho kikafuatilia: Sungura wa Masika akasogea, naye Alisi pasi kupenda akachukua nafasi aliyokwishaitumia Sungura wa Masika. Ni Mshona Kofia peke yake aliyepata unafuu kutokana na mabadiliko haya; na Alisi hali yake ikawa mbaya kuliko hapo awali kwani punde tu, Sungura wa Masika alimwagia kimtungi cha maziwa katika sahani pale ambapo alipokuwa ameketi yeye.

Alisi hakutaka kukikashifu Kipanya kwa mara nyengine tena, hivyo akasema kwa uangalifu sana, "Lakini sielewi. Hivyo walitoa wapi ile asali ya miwa?"

"Maji unayachota kutoka kisima cha maji," alisema Mshona Kofia, "na hivyo hivyo ungeweza kuchota asali ya miwa kwenye kisima cha asali ya miwa—eeh, mjinga?"

"Lakini wao walikuwa ndani ya kisima chenyewe," Alisi akakiambia Kipanya bila ya kujali usemi huu wa mwisho.

"Hakika walikuwa," kilisema Kipanya, "kisimani kabisa."

Jibu hili lilimchanganya sana Alisi, na hivyo akakiachilia Kipanya kuendelea bila ya kukikatiza.

"Walikuwa wanajifunza kuchora," kiliendelea Kipanya, huku kikipiga miayo na kupekecha macho yake, kwa vile kilikuwa kinasinzia mno. "na wakachora vitu vya kila aina, kila kitu kinachoanzia na herufi M—"

"Walichora au walichota, na kwa nini hefuri ya M?" akasema Alisi.

"Na kwa nini isiwe hivyo," akasema Sungura wa Masika.

Alisi alikaa kimya.

Wakati huu, Kipanya kilikuwa kimefumba macho yake na kilikuwa kinasinzia sana; lakini, kilipofinywa na Mshona Kofia, kikaamka tena na kutoa kisauti kikali huku kikiendelea "—iliyoanzia na herufi ya M, kama vile Mitego ya panya, mwezi, mawazo na mengimengi—unajua unasema mambo ni 'mengi kati ya mengi mengi'—je umewahi kuona mambo kama mchoro wa mengi mengi?"

"Alaa, na hivi sasa unaniuliza mimi," akasema Alisi, akiwa amechanganyikiwa, "Sifikiri—"

"Basi wala usiongee," akasema Mshona Kofia.

Ujeuri kama huu ulipindukia mpaka na Alisi alishindwa kuuvumilia: akanyanyuka kwa kero kubwa, na kuondoka zake: Kipanya kikalala hapo hapo, na hakuna kati ya wale wawili aliyetilia maanani kuondoka kwake, japokuwa aligeuka nyuma kuwaangalia mara moja au mbili, huku akitumaini kwamba labda watamwita: mara ya mwisho alipowaona walikuwa wakikitumbukiza Kipanya ndani ya birika la chai.

"Kwa hali yoyote sitorudi tena kule!" akasema Alisi huku akiendelea na safari yake kichakani. "Ni hafla ya chai ya kipumbavu ambayo sijawahi kushuhudia maishani mwangu!"

Kumaliza tu kusema hayo, akaona mti mmojawapo uliokuwa na mlango ukiongoza moja kwa moja ndani yake. "Hili ni jambo la kushangaza!" akafikiri. "Lakini kila kitu leo ni cha kushangaza. Nadhani nijiingilie tu ndani mara moja," na hapo akaingia ndani.

Kwa mara nyengine tena akajikuta kwenye ule ukumbi mrefu, na karibu na meza ya kioo. "Sasa, nitaweza kuyamudu haya bora zaidi safari hii," akajisemea mwenyewe, na akaanza kuuchukua ufunguo mdogo wa dhahabu, na kuufungua mlango ulioelekea bustanini. Baadaye akaketi na kuanza kazi ya kuutafuna uyoga (alikuwa ameweka kipande cha uyoga mfukoni mwake) hadi alipofikia urefu wa futi moja: ndiyo hapo akateremka chini kupitia kijia kidogo: na halafu—akajikuta katika bustani ya kupendeza, miongoni mwa vituta vya mauwa vyenye rangi za kuvutia na chemchem za maji baridi.

Sehemu ya VIII

Uwanja wa mpira wa krokei wa Malkia

Mti mkubwa wa mwaridi ulikuwa umeota karibu na mlango wa kuingilia bustanini: na mawardi yake yalikuwa ya rangi nyeupe, lakini kulikuwepo na watunza bustani watatu wameshughulika kuyapaka rangi nyekundu. Alisi aliwaza hili lilikuwa jambo la kushangaza sana, na akawajongelea karibu zaidi ili kuwaangalia, na, alipowafikia tu akamsikia mmojawao akisema, “Angalia sasa, Tano! Usinimwagie mwagie rangi namna hiyo!”

“Haikuwa kusudi,” akasema Tano, kwa sauti ya kununa, “Saba kasukuma kiwiko changu.”

Hapo Saba akaangalia juu na kunena, “Hasa, Tano! Daima kulaumu wengine!”

“*Wewe* acha kusema!” akajibu Tano. “Jana tu nilimsikia Malkia akisema kwamba wewe ingefaa ukatwe kichwa!”

“Kwa sababu gani?” akasema yule aliyetangulia kusema mwanzo.

“Hayo hayakuhusu, Pili!” akasema Saba.

"Ndiyo *ni* mambo yanayomhusu," akasema Tano. "Na nitamweleza—sababu ilikuwa kumletea mpishi mizizi ya maua ya tulip badala ya vitunguu."

Saba akairusha chini brashi yake, na alianza tu kusema, "Ama katika mambo yote ya uonevu—" jicho lake lilipomwangukia Alisi bila ya kukusudia, wakati Alisi akiwa amesimama anawaangalia, na akajikurupusha kwa ghafla: hivyo wengine wote wakageuka kuangalia pande zote, na wote wakainama chini kwa kujipinda.

"Tafadhali, je mnaweza kuniambia," akasema Alisi kwa woga kidogo, "Kwa nini mnayapiga rangi hayo mawardi?"

Tano na Saba hawakujibu kitu, ila wakamwangalia Pili. Pili akaanza kwa sauti ya chini, "Basi sasa, ukweli ni kwamba, Bi mdogo, huu ungebidi uwe mwardi mwekundu, na sisi tulipanda mweupe kwa makosa; na kama Malkia angaligundua, tungekatwa vichwa sote, unafahamu. Kwa hivyo unaona, Bi mdogo, tunajitahidi tuwezavyo kabla hajafika—" Wakati huu Tano ambaye alikuwa akitazama kwa shauku kote bustanini, aliita, "Malkia! Malkia!" na waangalizi watatu wa bustani wakajiangusha ghafla chini na kulalia nyuso zao. Kulikuwa na vishindo vingi vya watu wakitembea, Alisi alitizama kote, akiwa na hamu ya kumwona Malkia.

Kwanza walitangulia askari kumi huku wakibeba virungu; kimaumbile, hawa wote walifanana na wale waangalizi watatu wa bustani, wamebabataa na walikuwa na umbo la mstatili na mikono na miguu pembezoni mwao. Walifuatwa na wapambe wa mfalme; hawa walipambwa kote kwa almasi, na walitembea wawili wawili, kama vile walivyofanya askari. Baada ya hawa wakafuata watoto wa kifalme; idadi yao ilikuwa kumi, na vipenzi hivi vilifuatana viwili viwili huku vikirukaruka na kushikana mikono: na wote walikuwa wamepambwa kwa nakshi za moyo. Baadaye wakafuata wageni, wengi wao wakiwa Wafalme na Malkia. Miongoni mwao Alisi alimtambua Sungura Mweupe:alikuwa akiongea kwa wahka na kwa haraka haraka sana, huku akitabasamu kuhusu kila kitu kilichozungumzwa, naye alipita bila ya kumtambua Alisi. Baadaye alifuata Mzungu wa Tatu wa karata mwenye chapa ya moyo, akiwa amebeba taji la Mfalme juu ya mto laini wa hariri wenye rangi ya damu ya mzee; na mwisho kabisa wa maandamano haya matukufu wakafuatilia MFALME NA MALKIA WA KARATA WENYE CHAPA ZA MOYO.

Alisi alikuwa na mashaka kama ingebidi alale chini kifudifudi huku akifunika uso wake, kama vile walivyofanya wale magarasa wa karata, waangalizi wa bustani, lakini hakuweza kukumbuka kusikia sheria kama hiyo asilan katika maandamano. "Na tena hasa, kungekuwa na faida gani kwa maandamano," akawaza, "ikiwa watu wote watalala kifudifudi wakilalia nyuso zao ili wasione kitu?" kwa hivyo akasimama kidete pale alipo na kungoja.

Maandamano yalipokuwa mkabala na Alisi, wote wakasita na kumwangalia Alisi, na Malkia akasema kwa ghadhabu "Ni nani huyu?" Alimwuliza Mzungu wa Tatu ambaye jibu lake lilikuwa kupiga magoti tu na kutabasamu.

"Mpumbavu!" akasema Malkia, huku akitikisa kichwa chake bila ya subira; na akimgeukia Alisi alimwuliza, "Jina lako nani, mtoto?"

"Jina langu ni Alisi, tafadhali Mtukufu," akajibu Alisi kwa heshima; lakini akajiongezea binafsi, "Aka, hawa wote ni karata tu. Sina haja ya kuwaogopa!"

"Na hawa *nani*?" akauliza Malkia, akinyoosha kidole kwa wale waangalizi wa bustani watatu ambao walikuwa wamelala kifudifudi kuuzunguka mwardi; kwani, unaelewa, walikuwa wamelalia nyuso zao, na hivyo nakshi za migongo yao zilikuwa sare na zengine zote za karata wengine, hakuweza kutambua kama ni waangalizi wa bustani, au askari au wapambe, au watoto wake watatu kati ya watoto wake wengine.

"Nitajuaje *mimi*?" akasema Alisi, huku akishangazwa na ujabari wake. "Hainihusu mimi."

Malkia aligeuka mwekundu kwa hasira, na baada ya kumwangalia kwa muda kama mnyama pori, akaanza kupiga mayowe "Kata kichwa chake! Kata—"

"Upuuzi huo!" akasema Alisi, kwa sauti kubwa isiyo na shaka, na Malkia akafyata.

Mfalme akajiegemeza juu ya mkono wake. "Mfikirie, kipenzi changu, huyu ni mtoto tu!"

Kwa hasira, Malkia akatizama upande mwengine na kumwambia Mzungu wa Tatu "Wapindue hao!"

Mzungu wa Tatu akafanya hivyo kwa uangalifu sana huku akiwabetua kwa mguu wake mmoja.

"Nyanyukeni!" akasema Malkia kwa sauti ya ukali na kelele, na papo hapo wale waangalizi wa bustani wakaruka kwa ghafla na kuanza kumpigia magoti Mfalme, Malkia, watoto wa kifalme na kila mtu.

"Acheni hayo!" akapiga kelele Malkia. "Mnanipa kizunguzungu." Na alipogeukia miti ya miwardi, akasema, "Mlikuwa mnafanya nini hapa?"

"Itamfurahisha Mtukufu," akasema Pili kwa sauti ya unyenyekevu sana na huku akipiga goti, "tulikuwa tunajaribu—"

"Nishaona!" alisema Malkia, ambaye wakati huu alikuwa akichunguza mawardi. "Wakate vichwa vyao!" na maandamano yakaendelea na msafara wake, askari watatu wakabaki nyuma ili kuwachinja wale waangalizi wa bustani waliokosa bahati. Nao wakamkimbilia Alisi ili awahifadhi.

"Wala hamtochinjwa vichwa!" akasema Alisi, na akawaweka ndani ya gudulia kubwa la maua lililokuwa karibu. Wale askari watatu wakahangaika kuwasaka huku na kule kwa muda mfupi na pole pole wakaondoka kuwafuata wenzao.

"Je mmeshakata vichwa vyao?" akawapigia mayowe Malkia.

"Vichwa vyao vimeshapotelea mbali, kwa ruhusa yako Mtukufu," wakajibu askari kwa mayowe.

"Sawa sawa!" akasema kwa kelele Malkia. "Je unaweza kucheza krokei?"

Askari wakanyamaza kimya, na kumwangalia Alisi, kwani ilikuwa dhahiri kwamba lile suala lilikusudiwa kwake.

"Ndiyo!" akasema Alisi kwa sauti ya juu.

"Njoo sasa basi!" Malkia akatoa sauti ya kunguruma, na Alisi akajumuika na maandamano, huku akitafakari nini kitafuatia baada ya hayo.

"Ni—leo ni siku nzuri sana!" ikatoka sauti ndogo pembeni mwake. Alikuwa akitembea sambamba na Sungura Mweupe, ambaye alikuwa akimchungulia kwa shauku usoni mwake.

"Sana," akasema Alisi. "Yupo wapi Duchess?"

"Taratibu! Taratibu!" akasema Sungura kwa sauti ya chini, ya haraka haraka. Akaangaza kwa uangalifu nyuma wakati akisema, na baadaye akajinyanyua kwa nyayo, akaweka mdomo wake karibu na sikio la Alisi na kunong'oneza "Ameshahukumiwa kuuwawa."

"Kwa sababu gani?" akasema Alisi.

"Hivyo ulisema 'Masikini bahati mbaya gani!'?" akasema Sungura.

"Hapana. Sikusema hivyo," akasema Alisi. "Sidhani kwamba ni bahati mbaya hata kidogo. Nilisema 'Kwa sababu gani?'"

"Alimzaba Malkia vibao masikioni—" Sungura akaanza. Alisi akaangua kicheko kidogo. "Polepole!" Sungura akanong'ona kwa sauti ya woga. "Malkia atakusikia! Unajua alichelewa kufika na Malkia akasema,

"Nendeni kwenye sehemu zenu!" Malkia akatoa ukelele mkubwa kama radi, na kila mtu akaanza kukimbizana huku na huko hovyo hovyo, wakigongana na kuangukiana: hata hivyo wakaweza kutulia sehemu zao mara moja na mchezo ukaanza. Alisi aliwaza kwamba maishani mwake hajawahi kuona kiwanja cha ajabu cha mchezo wa krokei kama hiki; kilikuwa matuta na mabonde matupu: mipira ya mchezo wa krokei ilikuwa ni nungunungu hai, na magongo ya kupigia mpira yalikuwa ndege aina ya Korongo, na askari iliwabidi kusimama mmoja juu ya mwingine ili kuunda milingoti ya magoli.

Tatizo kubwa alililoliona Alisi lilikuwa ni kumsimamia yule Korongo ili atekeleze alichokitaka: alifanikiwa kuubana mwili wake, bila ya kumwumiza, katika mikono yake, huku miguu yake ikining'inia chini. Lakini kwa ujumla alipoweza kuinyoosha shingo ya Korongo vizuri, na alipojitayarisha kumtandika Nungunungu kwa kichwa cha Korongo, hapo hapo Korongo alijipinda kiushawishi na kumwangalia usoni, huku amepigwa na mshangao. Hii ilimfanya Alisi ashindwe kujizuia na kuangua kicheko. Na alipoweza kukishusha kile kichwa chini, ili aanze tena, ilimkera kuona kwamba Nungunungu keshajinyoosha, anajitayarisha kutoroka zake huku akitambaa. Zaidi ya haya yote, kulikuwa na tuta au mtaro uliomzuia kumtupa nungunungu popote pale ambapo angetaka kumtupia, na kwa vile wale askari ambao walikuwa wamebebana walikuwa daima wakihamahama na kutembea kuelekea kwengineko, Alisi alibaini haraka kwamba hakika huu mchezo ulikuwa mgumu sana.

Wachezaji wote walicheza kwa wakati mmoja bila kungoja zamu zao, huku wakigombana daima na kugombea Nungunungu; na baada ya muda mfupi tu Malkia akapandisha hasira, na akapiga miguu yake chini huku akipiga makelele "Kata kichwa chake huyu mwanamme!" au "Kata kichwa chake huyu mwanamke!" kila baada ya dakika moja hivi.

Alisi akaanza kuwa na wasiwasi: ukweli ni kwamba hadi hivi sasa hakuwa amebishana na Malkia kabisa, lakini alitambua kwamba hilo lingetokea dakika yoyote, "halafu," akawaza, "nini kitanifikia mimi? Wanapenda sana kukata vichwa vya watu hapa; ajabu kubwa ya kushangaza ni kwamba bado kuna watu hai!"

Alikuwa akiangaza huku na kule kutafuta njia ya kutoroka, na akawa ana wasiwasi kama ataweza kutoroka bila ya kuonekana, alipoona kitu cha ajabu kimejitokeza angani: ikamshangaza sana kwanza, lakini baada ya kuangalia kwa dakika moja au mbili hivi, akagundua kuwa kitu kile kilikuwa ni tabasamu na kukenua meno, hivyo akajisemea moyoni "Ni Paka wa Cheshire: sasa nitapata mtu wa kuongea naye."

"Je unaendeleaje?" akasema Paka, baada tu ya kujitokeza mdomo wa kutosha kumwezesha kusema.

Alisi akangoja hadi macho yalipojitokeza, na akaitikia kwa kuashiria kichwa. "Haina faida kuongea naye," akawaza, "hadi hapo masikio yake yatakapojitokeza, au angalau sikio moja." Punde si punde kichwa kizima kikajitokeza, na hapo Alisi akamweka chini yule Korongo wake na kuanza kusimulia kuhusu jinsi mchezo ulivyokwenda. Alikuwa kafurahi angalau kuna mtu wa kumsikiliza. Paka mwenyewe alihisi kwamba amejitokeza vya kutosha, na hakukuwa na haja ya kujitokeza zaidi.

"Sidhani kwamba wanacheza kwa haki," Alisi akaanza kwa sauti ya kulalamika "na wote wanagombana mno kiasi ambacho mtu huwezi hata kuisikia sauti yako mwenyewe—na inaonekana hawana taratibu zozote: angalau, kama zipo, hakuna anayezifuata—na huwezi kuelewa jinsi mambo yalivyokuwa shaghala baghala kwa vyote kuwa hai: mathalan, lipo goli na mimi inanibidi nipite ndani yake na kutembea hadi upande wa pili wa kiwanja. Na ningembamiza nungunungu wa Malkia sasa hivi, ila alikimbia alipomwona nungunungu wangu anakuja!"

"Je unampenda Malkia?" alisema Paka kwa sauti ya chini.

"Hata chembe," alisema Alisi: "Yeye kazidi—" Papo hapo aligundua kwamba Malkia alikuwa nyuma yake, anamsikiliza: hivyo akaendelea—kuwa na mwelekeo wa kushinda, kiasi kwamba wala haina haja hata kuumaliza mchezo!"

Malkia akatabasamu na kuendelea mbele.

"Unaongea na nani?" akasema Mfalme, huku akimkaribia Alisi na kukitizama kichwa cha Paka kwa kukidadisi sana.

"Ni rafiki yangu-Paka wa Cheshire," akasema Alisi: "Niruhusu nikutambulishe kwake."

"Sipendi kabisa jinsi alivyo," akasema Mfalme. "Hata hivyo anaweza kubusu mkono wangu akitaka."

"Wala nisingetaka," alinena Paka.

"Usikose adabu," akasema Mfalme. "Na usiniangalie namna hiyo!" akaenda nyuma ya Alisi wakati anasema.

"Paka anaweza kumwangalia Mfalme," akasema Alisi. "Nimesoma hivyo katika kitabu fulani, lakini sikumbuki wapi."

"Basi ni lazima kiondolewe," akasema Mfalme kwa kukata shauri. Na akamwita Malkia ambaye alikuwa anapita wakati huo. "Mpendwa, ningependelea paka huyu aondolewe!"

Malkia alikuwa na njia moja tu ya kusuluhisha matatizo yote, yawe makubwa au madogo. "Kata kichwa chake!" akasema bila hata ya kugeuka na kuangalia.

"Nitamleta mchinjaji mimi mwenyewe," akasema Mfalme kwa hamu, na kuharakisha kwenda zake.

Alisi akafikiria heri tu arejee na kutizama jinsi mchezo ulivyokuwa unaendea, na mara akasikia sauti ya Malkia kwa mbali, ikipiga makelele kwa hisia. Alishaisikia sauti yake ikitoa hukumu ya kuchinjwa kwa wachezaji watatu waliokosa zamu zao, na hakupenda kabisa jinsi mambo yalivyokuwa yanaendelea, kwa vile mchezo ulikuwa umeparaganyika na alishindwa kujua kama zamu yake ilikuwa imefikia au la. Hivyo akaenda kumtafuta nungunungu wake.

Nungunungu alikuwa yumo katika kupigana na nungunungu mwengine, akawaza kwamba ingekuwa fursa nzuri kumbamiza mmoja dhidi ya mwenzake; tatizo pekee ilikuwa ni kwamba korongo wake alikuwa amevuka upande wa pili wa bustani, ambapo Alisi aliweza kumwona akijaribu jaribu bila ya kufanikiwa kurukia mtini.

Hata wakati alipomkamata korongo na kumrudisha, mapigano ya nungunungu yalikuwa yamemalizika na wote wawili walikuwa wametawanyika. "Lakini si kitu sana," aliwaza Alisi, "kwa vile magoli yote yameshahama kutoka upande huu wa kiwanja." Hivyo akambana kwapani, ili asiponyoke tena, na akarejea tena kuzungumza na rafiki yake.

Alipomfikia Paka wa Cheshire, alishangaa kukuta kundi kubwa limemzunguka: kulikuwa na ugomvi ukiendelea baina ya mchinjaji, Mfalme na Malkia ambao wote walikuwa wakiongea kwa wakati mmoja, wengine wote walikuwa kimya na walionekana hawana raha kabisa.

Alipotokea tu Alisi, aliombwa na wote watatu kusuluhisha mgogoro, na walirudia hoja zao kwake kwa mfululizo, ingawa, walisema kwa wakati mmoja. Hivyo ilimwia tabu sana kuweza kutambua walichokuwa wanasema.

Hoja ya mchinjaji ilikuwa kwamba, huwezi kukata kichwa bila ya kuwa na mwili ili kukata mwungano wao: kwamba hajawahi kufanya kitu kama hicho hapo awali na hatoanza kufanya hivyo kwa wakati *huu* wa maisha yake.

Hoja ya Mfalme ilikuwa kwamba, alimradi kitu kina kichwa, kinaweza kukatwa kichwa, na kwamba hairuhusiwi kuropokwa upuuzi.

Hoja ya Malkia ilikuwa kwamba, kama haijachukuliwa hatua haraka sana, basi atahakikisha kila mtu atachinjwa, kote. (Hii ndiyo iliyokuwa kauli ya mwisho iliyosababisha kundi zima kuwa makini na kuwa na wasiwasi).

Alisi hakuweza kufikiria chochote chengine cha kusema ila, "Huyu anamilikiwa na Duchess, bora mumwombe *yeye* mwenyewe kuhusu jambo hili."

"Yupo jela," Malkia alimwambia mchinjaji: "nenda kamlete hapa." Mchinjaji akachomoka kama mshale.

Alipoondoka tu mchinjaji, kichwa cha Paka kikaanza kutoweka na kupotea, na aliporudi Duchess, alikuwa keshatoweka kabisa: hivyo Mfalme na mchinjaji wakakimbizana huku na kule kwa muda wakimtafuta, wakati ambapo wengine wote walirudi kwenye mchezo.

Sehemu ya IX

Hadithi ya Kasa Bandia

"Wewe huwezi kuamini jinsi nilivyokuwa na furaha kukuona tena, ewe kipenzi! alisema Duchess, huku akipenyeza mkono wake kuukumbatia mkono wa Alisi wakati wakitembea pamoja.

Alisi alifurahi mno kumkuta katika hali ya bashasha, na akawaza kimoyomoyo kwamba pengine ilikuwa ni pilipili manga iliyomfanya kuwa mkali wakati walivyokutana mara ya kwanza jikoni.

"*Nikiwa* Duchess," akajisemea mwenyewe (japokuwa siyo katika matumaini hasa), "sitokuwa na pilipili manga jikoni kwangu *kabisa*. Supu inakuwa na ladha hata bila ya pilipili manga- pengine ni pilipili manga ndiyo inayowafanya watu kuwa na hasira," akaendelea, huku akifurahia mno kugundua sheria ya aina fulani ambayo ni mpya, "na siki inawapa uchachu—na *camomile* inawafanya kuwa wachungu—na—sukari ya shayiri na vitu kama hivyo huwafanya watoto kuwa watulivu. Natamani watu wangefahamu *hayo*: hawangekuwa na ubakhili navyo, unajua—"

Alikuwa keshamsahau Duchess wakati huu, na alishtuka kidogo aliposikia sauti yake sikioni mwake. "Unafikiria jambo fulani, kipenzi, na hilo ndilo hasa linalokufanya kusahau kuongea. Siwezi kukueleza sasa hivi nini hasa maadili ya hadithi hii, lakini nitakumbuka sasa hivi."

"Labda wala haina," Alisi alidiriki kutoa maelezo.

"Shh, shh, mtoto!" akasema Duchess. "Kila kitu kina maadili yake, laiti tu ungegundua." Na akajisukuma karibu zaidi na upande wa Alisi wakati akisema.

Alisi hakupenda kabisa kukaribiana naye: mosi ni kwamba Duchess alikuwa mbovu *mno*; na pili ni kwamba urefu wake ulikuwa unamwezesha kuegesha kidevu chake katika bega la Alisi; kidevu kilichochongoka kama kisu na kuchoma bega la Alisi na kumkera. Hata hivyo hakutaka kufanya ujeuri: hivyo akavumilia yote jinsi alivyoweza.

"Mchezo unaendelea vyema sasa," akasema, kama njia ya kuendeleza mazungumzo.

"Ni *hivyo*," akasema Duchess: "na maadili ya hiyo ni—'Oh, ni mahaba, ni mahaba yanayosababisha dunia kuzunguka!'"

"Kuna mtu alitamka," Alisi akanong'ona, "kwamba hiyo hufanywa kwa kila mmoja kutoingilia mambo ya wengine!"

"Ah Basi! Ina maana hiyo hiyo," akasema Duchess, huku akichimba kidevu chake kidogo na kikali kwenye bega la Alisi, huku akiongezea, "na maadili ya hayo ni—'Chukua tahadhari na hisia, na sauti zitajiangalia zenyewe'."

"Huyu anapenda sana kutafuta maadili katika vitu vyote!" Alisi akawaza.

"Bila ya shaka unashangaa kwa nini sikuwekei mkono wangu kiunoni mwako," Duchess akasema. Na baada ya kimya kifupi, "sababu ni kwamba, nina wasiwasi kuhusu hasira za korongo wako. Je nifanye majaribio?"

"Anaweza kuuma," akajibu Alisi kwa uangalifu, huku akiwa hataki kabisa afanye majaribio.

"Ni kweli kabisa," akasema Duchess. "Korongo na sosi ya haradali zote zinauma. Na maadili ni kwamba—'Ndege wenye mabawa sare huruka pamoja'."

"Isipokuwa haradali si ndege," Alisi akadokeza.

"Sawa sawa kama kawaida," akasema Duchess, "una njia nzuri ya kuweka mambo kinaga ubaka!"

"*Ninadhani* ni madini," akasema Alisi.

"Bila ya shaka ni hivyo," akasema Duchess, ambaye alionekana kuwa tayari kukubali yote anayosema Alisi. "kuna mgodi mkubwa wa mharadali hapa jirani. Na maadili ni—'Zaidi mgodi kwangu, pungufu mgodi kwako'."

"Nishajua!" akaruka Alisi, ambaye alikuwa hakufuatilia maanani hili tamko la mwisho, "Ni mboga, haionekani hivyo, lakini ni hivyo."

"Nakubaliana nawe," akasema Duchess, "na maadili ya hilo ni—'Uwe kama vile utakavyoonekana'—au kama unataka ifahamike kwa urahisi zaidi—'Usijifikirie wewe ni vinginevyo kuliko vile watakavyokuona wengine kwamba vile ulivyokuwa au ungaliweza kuwa sivyo ulivyokuwa zamani ingeonekana kwao wao kinyume au vyenginevyo."

"Nafikiri ingenibidi kuelewa maneno hayo vyema zaidi," Alisi alisema kwa heshima, "kama ningaliwahi ningaliyaandika: lakini nashindwa kuyafuatilia kisahihi wakati unavyosema."

"Hilo si chochote kulinganisha na kile ambacho ningeweza kusema kama ningeamua," Duchess akajibu kwa sauti ya furaha.

"Nakuomba tafadhali usijisumbue kukisema hicho kwa urefu zaidi ya hivyo," akasema Alisi.

"Ah Usiongelee mambo ya usumbufu!" akasema Duchess. "Nakutunukia zawadi yote niliyoyasema hadi sasa."

"Zawadi isiyokuwa na thamani!" aliwaza kimoyomoyo Alisi. "Nimefurahi hawatunukii zawadi namna hizo kusherehekea siku ya kuzaliwa!" Lakini hakudiriki kutamka hayo kwa sauti ya kusikika.

"Umeanza tena kufikiri?" akauliza Duchess, huku akimchoma tena kwa makali ya kidevu chake kilichochongoka.

"Ninayo haki ya kufikiri," alisema Alisi kwa mkato, kwani alianza kuhisi wasiwasi.

"Sawa sawa haki ya kutosha," akasema Duchess, "kama haki ya nguruwe kupaa, na m—"

Lakini hapo, kwa mshangao mkubwa kwa Alisi, sauti ya Duchess ikaanza kufifia katikati ya neno lake maalum 'maadili', na mkono wake uliokuwa umemkumbatia Alisi ukaanza kutetemeka. Alisi akaangalia juu na ghafla akamwona Malkia kawakabili, kaifunga mikono yake, huku kanuna kama kimbunga.

"Siku nzuri leo, Mtukufu!" Duchess akaanza kusema kwa sauti ya chini ya unyonge.

"Sasa ninakupa onyo," akasema kwa mayowe Malkia huku akipiga mguu ardhini, "ama wewe mwenyewe au kichwa chako kipotee, na iwe hivyo katika nusu ya mara moja! Fanya chaguo lako!"

Duchess akafanya uamuzi, na kutoweka haraka.

"Tuendelee na mchezo," Malkia akamwambia Alisi; na Alisi alikuwa ameogopa hata kutamka neno, na polepole akamfuata kwenye kiwanja cha krokei.

Wageni wengine walichukua fursa ya kutokuwepo kwa Malkia, na kupumzika kivulini: hata hivyo walipomwona tu, hapo hapo wakakimbizana kwenye mchezo, na Malkia alitamka tu kwamba pindi wangechelewa kidogo tu wangepoteza maisha yao.

Wakati wote wakiwa wanacheza, Malkia hakuwacha kugombana na wachezaji wengine huku akipiga makelele "Kata kichwa chake!" Wale aliowahukumu walitiwa mbaroni na askari, ambao iliwabidi kuondoka na kuwacha kuwa magoli. Hivyo baada ya nusu saa hivi, hakukuwa tena na magoli, na wachezaji wote isipokuwa Mfalme, Malkia na Alisi tu, walikuwa wameshatiwa mbaroni tayari kuchinjwa.

Baadaye Malkia akawacha kucheza huku akitweta, na kumwambia Alisi, "Je umeshamwona Kasa wa Bandia?"

"Hapana," akasema Alisi, "wala sijui ni kitu gani Kasa wa Bandia."

"Ni kitu ambacho hutengenezewa Supu ya Kasa wa Bandia," akasema Malkia.

"Sijawahi kuona wala kusikia kitu kama hicho," akasema Alisi.

"Basi njoo," akasema Malkia, "na yeye atakueleza historia yake."

Walipoondoka pamoja, Alisi akamsikia Mfalme akisema kwa wote na kwa sauti ya chini, "Nyinyi nyote mmesamehewa." "Bora, *hilo* jambo zuri!" Alisi akajisemea mwenyewe, kwani alipata huzuni kwa idadi ya amri za kuchinjwa zilizoagizwa na Malkia.

Mara wakamfikia mnyama wa kutisha mwenye kichwa cha Mwewe na mwili wa Simba naye akiitwa Simba-Mwewe. Simba-Mwewe alikuwa amelala fofofo juani. (Kama humjui Simba-Mwewe, basi angalia picha yake.) "Amka mvivu wee!" akasema Malkia, "na mchukue Bi mdogo huyu ukamwoneshe Kasa Bandia na asikie historia yake. Inanibidi nirudi ili kushuhudia mauaji niliyoagizia;" na akaondoka huku akimwacha Alisi peke yake na Simba-Mwewe. Alisi hakupenda hata kidogo umbile la mnyama huyu, lakini alihisi bora kuna usalama kubaki naye kuliko kumfuata yule Malkia katili, hivyo akangoja.

Simba-Mwewe akakaa na kupangusa macho yake. Baadaye akamwangalia Malkia mpaka alipotoweka kabisa, hapo akachekelea. "Jambo la kufurahisha!" akasema Simba-Mwewe, akijiambia mwenyewe na kumwambia Alisi.

"*Ni* jambo gani la kufurahisha?" akasema Alisi.

"Si *yeye*," akasema Simba-Mwewe. "Ni njozi zake zote tu, hawamchinji hata mmoja, unajua, haya njoo!"

"Kila mtu hapa anasema 'haya njoo!' akawaza Alisi, huku akimfuata polepole. "Sijawahi kuamrishwa namna hivi maisha yangu yote, asilan!"

Hawakuenda mbali walipomwona Kasa Bandia kwa mbali, akiwa amekaa kwa huzuni na mpweke kwenye mwamba, na, walivyomkaribia, Alisi alimsikia akipumua kwa majonzi kama vile moyo wake ungepasuka. Alimwonea huruma kupita kiasi. "Nini masikitiko yake?" alimwuliza Simba-Mwewe. Na Simba-Mwewe akajibu, maneno yaliyoshabihiana na yale aliyoyatumia hapo awali, "Ni njozi zake zote tu, hizo: hana masikitiko, unafahamu. Haya njoo!"

Hivyo wakamsogelea Kasa Bandia, aliyewaangalia kwa macho makubwa yaliyojaa machozi, lakini hakusema kitu.

"Huyu Bi mdogo hapa," akasema Simba-Mwewe, "anataka kujua historia yako, anaitaka."

"Nitamsimulia," akasema Kasa Bandia kwa sauti nzito iliyotokea kooni. "Kaeni chini nyote wawili na msitamke hata neno moja hadi nimalize."

Hivyo wakaketi chini, na hakuna aliyetamka neno kwa muda wa dakika chache. Alisi akawaza, "Sioni vipi ataweza kumaliza, kama hata haanzi kusimulia," lakini akangoja kwa utulivu.

"Hapo zamani," akasema Kasa Bandia hatimaye, kwa kuvuta pumzi ndefu, "nilikuwa Kasa wa kweli."

Maneno haya yalifuatiliwa na ukimya wa muda mrefu, yakiingiliwa mara moja moja na tamko la ghafla "Hjkkrrh!" kutoka kwa Simba-Mwewe, na kulia kwa kwikwi kusikosita kwa Kasa Bandia. Alisi alikuwa karibu asimame na kusema "Ahsante Bwana mkubwa kwa hadithi yako ya kufurahisha," lakini akahisi *lazima* kutakuwa na mengi yatakayofuata, hivyo akakaa kimya na hakusema kitu.

"Tulipokuwa wadogo," akasema Kasa Bandia mwishoni, kwa utulivu zaidi, japo huku akitoa kwikwi za hapa na pale, "tulikwenda shule baharini. Mwalimu wetu alikuwa Kasa mkongwe—ila sisi tukimwita Kobe—"

"Kwa nini mlimwita Kobe kama hakuwa Kobe?" Alisi aliuliza.

"Tulimwita Kobe kwa sababu alikuwa mkongwe," akasema Kasa Bandia kwa hasira: "Ukweli ni kwamba wewe ni mpumbavu sana!"

"Ingebidi uone aibu kwa kuuliza swali lisilokuwa na maana kama hilo," akaongezea Simba-Mwewe, na baadaye wote wawili wakakaa kimya wakimwangalia Alisi, ambaye alijihisi kama vile yupo tayari kujichimbia ardhini. Mwishoni Simba-Mwewe akamwambia Kasa Bandia, "Endelea mkongwe! Usichukue siku nzima kusimulia," na akaendelea kwa maneno haya:—

"Ndiyo tulikwenda shule baharini, ingawa huamini—"

"Sikusema kwamba siamini!" akaingilia Alisi.

"Ulisema," akasema Kasa Bandia.

"Funga mdomo wako!" akaongezea Simba-Mwewe, kabla Alisi hajasema tena. Kasa Bandia akaendelea.

"Tulipata elimu bora kuliko zote—tena, tulikwenda shule kila siku—"

"*Mimi* pia nimekwenda shule ya kila siku," akasema Alisi. "Huna haja kuona fahari hivyo."

"Na masomo ya ziada?" akasema Kasa Bandia kwa mashaka.

"Ndiyo," akasema Alisi, "tulijifunza Kifaransa na Mziki."

"Na kufua?" akasema Kasa Bandia.

"Hapana hata kidogo!" akasema Alisi kwa hasira.

"Ahh! Basi yenu haikuwa shule nzuri," akasema Kasa Bandia kwa sauti ya kuridhika. "Sasa basi sisi *kwetu,* kulikuwa na 'Kifaransa, mziki *na kufua*—ziada."

"Ukweli lakini usingehitaji hilo hasa," akasema Alisi, "maana ukiishi chini ya bahari."

"Sikuweza kumudu kujifunza," akasema Kasa Bandia huku akipumua kwa masikitiko. "Nilifanya masomo ya kawaida."

"Ni yepi hayo?" akadadisi Alisi.

"Kubiringita na Kubinua Hati bila ya shaka, kwa kuanzia tu," Kasa Bandia akajibu; "na baadaye michepuo mbalimbali ya Hesabu—Kuongezesha, Kuondosha, Kuchangamsha na Kugawisha."

"Sijawahi kusikia 'Kuchangamsha'," Alisi alidiriki kusema. "Ni nini hasa?"

Simba-Mwewe akanyanyua juu mikono yake yote miwili kwa mshangao. "Hujawahi kusikia kitendo cha kuchangamsha?" akatoa sauti ya mshangao. "Unajua nini kuboesha, natumai?"

"Ndiyo," akasema Alisi huku akiwa na wasiwasi: "ina maana—ku—fanya—kitu—kiboe yaani kichoshe zaidi."

"Sasa basi tena," akaendelea Simba-Mwewe, "kama hujui nini kuchangamsha, wewe ni kichwa maji."

Alisi akawa hana hamu tena ya kuuliza maswali zaidi. Hivyo akamgeukia Kasa Bandia na kusema, "Ulijifunza lipi lengine?"

"Kulikuwa na somo la Fumbo," Kasa Bandia akajibu, huku akihesabu masomo kwa pezi zake,—"Fumbo, la kale na la kisasa, Elimu ya Bahari: baadaye Kujikokota—mwalimu wa Kujikokota alikuwa samaki Mkunga Mkubwa ambaye kwa kawaida alikuwa akija mara moja kwa wiki: *yeye* alitufundisha Kujikokota, Kujinyoosha na Kupiga makasia kwa rangi za mafuta."

"Ilikuwa vipi *hiyo*?" akasema Alisi.

"Kwa hakika mimi binafsi siwezi kukuigizia," akasema Kasa Bandia: "Nimekakamaa mno. Na Simba-Mwewe hajawahi kujifundisha."

"Sikuwa na muda," akasema Simba-Mwewe: "Hata hivyo, nilijifunza kwa mwalimu bingwa wa masomo Asilia. Alikuwa Kaa mkongwe, *yeye* alikuwa."

"Mimi sikusoma kwake asilan," Kasa Bandia alisema huku akipumua kwa huzuni. "Alifundisha Kilaini na Kudiriki, walikuwa wanasema."

"Ndivyo alivyofanya, ndivyo alivyofanya," akasema Simba-Mwewe, akipumua kwa zamu yake na wote wawili walijificha nyuso zao katika viganja vya nyayo zao.

"Na kwa masaa mangapi ulisoma kwa siku?" akasema Alisi kwa haraka ili kubadili mazungumzo.

"Masaa kumi siku ya kwanza," akasema Kasa Bandia: "masaa tisa siku iliyofuata na kadhalika."

"Mpango gani wa ajabu huo!" akasema Alisi huku akishituka.

"Hiyo ndiyo sababu hata vikaitwa Vipindi," Simba-Mwewe akatamka. "kwa sababu vinapindika kwa kupunguka siku hadi siku."

Hili lilikuwa wazo jipya kabisa kwa Alisi, na akalitafakari vizuri sana kabla ya kuuliza tena. "Hivyo siku ya kumi na moja lazima ilikuwa siku ya mapumziko au sivyo?"

"Bila ya shaka ilikuwa hivyo," akasema Kasa Bandia.

"Na mlimudu vipi siku ya kumi na mbili?" Alisi akaendelea kuuliza kwa shauku.

"Sasa imetosha kuhusu Vipindi," Simba-Mwewe akaingilia kati kwa sauti ya ukakamavu. "Mwambie sasa kuhusu michezo."

SEHEMU YA X

Dansi ya Kambakoche

Kasa Bandia alipumua kwa nguvu, na akageuza nyuma pezi la kiganja chake na kulipitisha machoni mwake. Alimwangalia Alisi, na akajaribu kusema, lakini kwa dakika moja au mbili hivi kwikwi zikakaba sauti yake. "Ni kama vile alikuwa amekabwa na mwiba kooni mwake," akasema Simba-Mwewe huku akianza kumtingisha na kumpiga ngumi mgongoni. Mwishoni sauti ya Kasa Bandia ikamrudia, na huku machozi yakimtiririka mashavuni, akaendelea tena:—

"Labda hujaishi sana baharini—" ("Sijaishi," akasema Alisi) "—na pengine wala hujawahi kufahamishwa kwa kambakoche—" (Alisi akaanza kusema "Niliwahi kuonja—" lakini akajirudi haraka haraka, na kusema "Hapana, asilan") "—hivyo hungeweza kujua starehe gani Dansi ya Kambakoche inavyokuwa!"

"Kweli, hapana," akasema Alisi. "Ni dansi ya aina gani?"

"Ni hivi, kwanza mnajiweka katika mstari mmoja kando kando ya ufukwe wa bahari—" alisema Simba-Mwewe.

"Mistari miwili!" akapiga kelele Kasa Bandia. "Sili wa baharini, kasa, samoni, na wengineo: halafu baadaye mkisha mnawatoa viwavi wote ili wapishe njia—"

"*Hiyo* kwa kawaida huchukuwa muda kiasi," akaingilia Simba-Mwewe.

"—unasonga mbele mara mbili—"

"Kila mara moja unakuwa na kambakoche kama mchezaji dansi mwenzako!" akapiga kelele Simba-Mwewe.

"Bila ya shaka," akasema Kasa Bandia: "songa mbele mara mbili, jiweke na mcheza dansi mwenzako—"

"—mnabadilishana kamba koche, na mnarudia kwa utaratibu huo huo," akaendelea Simba-Mwewe.

"Halafu sasa, unajua tena baadaye," Kasa Bandai akaendelea, "unawatupa wale—"

"Kambakoche!" akapiga kelele Simba-Mwewe, huku akiruka hewani.

"—mbali iwezekanavyo baharini—"

"Mnaogelea kuwafuata!" akapiga mayowe Simba-Mwewe.

"Biringita baharini!" akapiga kelele Kasa Bandia, huku akirukaruka kila mahali.

"Badilisha kambakoche tena!" akapiga kelele Simba-Mwewe kwa sauti ya juu sana.

"Rudia tena nchi kavu, na—huo ndiyo mzunguko wa kwanza," akasema Kasa Bandia, na ghafla sauti yake ikafifia, na viumbe hivi viwili vilivyokuwa vinarukaruka kama wendawazimu wakati huu wote, viliketi chini kimya kwa huzuni sana na kumwangalia Alisi.

"Inaonekana hiyo ni dansi ya kupendeza sana," akasema Alisi kwa woga.

"Je ungependa kuishuhudia kidogo?" akasema Kasa bandia

"Tena sana," akasema Alisi.

"Njoo tuanze kudansi mzunguko wa kwanza," Kasa Bandia akamwambia Simba-Mwewe. "Tunaweza kufanya hivyo bila ya kuwepo kwa hao kambakoche, unajua. Nani ataimba?"

"Imba *wewe* basi," akasema Simba-Mwewe. "Nimeyasahau maneno ya wimbo."

Hivyo wakaanza kudansi kwa makini huku wakimzunguka Alisi, tena na tena, mara kwa mara wakikanyaga vidole vya miguu ya Alisi pale walipomkaribia sana, huku wakipunga nyayo za viganja vyao vya mbele vilivyofuatisha hesabu za wakati katika midundo, huku Kasa Bandia akiimba nyimbo hii polepole kwa huzuni:—

"Unaweza kutembea haraka zaidi?" akasema samaki mweupe kwa konokono.
"Yupo pomboo karibu nasi nyuma yetu na anaukanyaga mkia wangu.
Angalia kasa na kamba wanavyosonga mbele kwa shauku!
Wanangoja kwenye changarawe—utakuja na kujiunga kucheza dansi nasi?"
Utakuja, hutokuja, utakuja, hutokuja, utajiunga katika dansi?
Utakuja, hutokuja, utakuja, hutokuja, utajiunga katika dansi?

"Hungeweza kufikiria jinsi ya starehe itavyokuwa
Wanapotunyanyua na kututupa, na kambakoche, huko baharini!"
Lakini konokono akajibu "Mbali mno, mbali mno!" na kutupia jicho la kushuku—
Akamshukuru kikarimu sana samaki mweupe, lakini akasema watamuwia radhi hangependelea kucheza dansi.
Hangependelea, hangeweza, hangependelea, hangeweza, hangependelea kujiunga katika dansi.
Hangependelea, hangeweza, hangependelea, hangeweza, hangependelea kujiunga katika dansi.

"Jambo muhimu ni umbali gani tunakwenda?" rafikiye mwenye magamba akajibu.
"Kuna ufukwe mwingine, unajua, ng'ambo nyingine.
Mbali zaidi na Uingereza ni karibu zaidi na Ufaransa—
Usiwe dhaifu, mpendwa konokono, lakini njoo nasi jiunge kwenye dansi.
Utakuja, hutokuja, utakuja, hutokuja, utajiunga katika dansi?
Utakuja, hutokuja, utakuja, hutokuja, hutajiunga katika dansi?

"Ahsanteni, ni dansi ya kupendeza kuitizama," akasema Alisi, huku akishukuru hatimaye imemalizika: "na ninaipenda ile nyimbo ya ajabu ya samaki mweupe!"

"Ah, kuhusu samaki mweupe," akasema Kasa Bandia, "wao—bila ya shaka umeshawaona?"

"Ndiyo," akasema Alisi, "nimewaona mara nyingi wakati wa chaku—" akajirudi hapo hapo kwa haraka.

"Sijui Chaku ni wapi," akasema Kasa Bandia, "lakini kama umeshawaona mara nyingi, basi unajua walivyofanana"

"Naamini hivyo," alijibu Alisi kwa kutafakari. "Wana mikia midomoni mwao—na wamejaa chembe chembe za mikate."

"Umekosea kuhusu chembe chembe," akasema Kasa Bandia. "Chembe chembe zingerowanishwa na kuchukuliwa na bahari. Lakini kweli wana mikia ndani ya midomo yao; na sababu ni—" hapa Kasa Bandia akapiga miayo na kufunga macho yake. "Hebu mwelezee kuhusu sababu na mengineyo," alimwambia Simba-Mwewe.

"Sababu ni," akasema Simba-Mwewe, "kwamba walienda kucheza dansi na hao kambakoche. Hivyo wakatupiliwa mbali baharini. Hivyo ikawabidi waangukie mbali huko kabisa. Hivyo haraka wakaweka mikia yao midomoni mwao. Ili wasiweze kuiondoa tena. Haya ndiyo yote."

"Ahsante sana," alisema Alisi. "Maelezo yananivutia sana. Sikupata kujua kiasi hiki kuhusu samaki mweupe."

"Naweza kukueleza zaidi ya hayo, kama ukipenda," akasema Simba-Mwewe. "Je unajua kwa nini anaitwa samaki mweupe?"

"Sikuwahi kufikiria kuhusu samaki huyo," akasema Alisi. "Kwa nini?"

"*Hufanya mabuti na viatu*," Simba-Mwewe alijibu kwa dhati.

Alisi alipigwa butwaa. "Hufanya mabuti na viatu!" akarudia kwa sauti ya mshangao.

"Ati, viatu *vyako* vinafanywa na nini?" akasema Simba-Mwewe. "Nakusudia, ni kitu gani hasa kinachong'arisha viatu vyako?"

Alisi aliviangalia, na alitafakari kiasi, kabla ya kutoa jibu lake. "Vinafanywa kwa weusi, naamini."

"Mabuti na viatu chini ya bahari," Simba-Mwewe akaendelea kuelezea kwa sauti nzito, "hufanywa na weupe. Sasa unafahamu."

"Na vinatokana na nini hasa?" Alisi aliuliza kwa sauti ya shauku.

"Samaki bapa jamii ya Kolekole na samaki mkunga, bila ya shaka," Simba-Mwewe alijibu kwa kukereka: "aina yoyote ya jamii ya kamba angeweza kukwambia."

"Laiti kama mimi ningalikuwa samaki mweupe," alisema Alisi, ambaye mawazo yake bado yalikuwa yakiwaza ile nyimbo, "ningalimwambia pomboo 'Tafadhali kaa nyuma, hatutaki uwe nasi!'"

"Walilazimika kuwa naye," Kasa Bandia alisema. "Hakuna samaki mwenye busara anayethubutu kwenda popote bila ya pomboo."

"Kweli hangethubutu kwenda popote?" alisema Alisi kwa sauti ya mshangao mkubwa.

"Bila ya shaka hangeweza," alisema Kasa Bandia. "Kama samaki angenijia na kuniambia kwamba ana safari, ningemwuliza 'Unasafiri na pomboo gani?'"

"Au unakusudia unasafiri kwa 'mpango' gani?" alisema Alisi.

"Ninamaanisha kile ninachokisema," Kasa Bandia alijibu kwa sauti ya kuchukizwa. Na Simba-Mwewe akaongezea, "Hebu basi tueleze baadhi ya vituko vya safari *zako*."

"Naweza kuwaeleza vituko vya safari zangu—kuanzia asubuhi hii," alisema Alisi kwa wasiwasi kidogo: "lakini hakuna haja ya kuanzia jana, kwa vile nilikuwa mtu mwengine kabisa."

"Eleza yote hayo," alisema Kasa Bandia.

"Hapana, hapana! Vituko kwanza," alisema Simba-Mwewe kwa sauti iliyokosa subira: "maelezo huchukuwa muda mrefu mno."

Hivyo Alisi alianza kuwaeleza vituko na mikasa kuanzia pale alipomwona Sungura Mweupe kwa mara ya kwanza. Mwanzo alikuwa na wasiwasi kidogo, wakati vile viumbe viwili vilipomkaribia mno, kila mmoja upande wake, huku wakifungua macho yao na kupanua midogo yao wazi *sana*, lakini akapata moyo alivyozidi kuendelea. Wasikilizaji wake walikaa kimya hadi hapo alipofikia ile sehemu ambapo anarudia "*Wewe mkongwe, Padri William*", kwa Kiwavi, na maneno yote yakawa tofauti, na hapo Kasa Bandia alivuta pumzi kwa nguvu na kusema, "Hiyo ni ajabu!"

"Yaani yote ni ya ajabu juu ya maajabu kwa kiwango kinachowezekana," alisema Simba-Mwewe.

"Yaani, yote ikatokea tofauti!" Kasa Bandia akarudia akionekana kuwa katika fikra nzito. "Ningalipenda ajaribu kurudia tena sasa ili nimsikie. Mwambie aanze." Akamwangalia Simba-Mwewe kama vile akiwaza huyo alikuwa na mamlaka ya aina fulani juu ya Alisi.

"Haya simama na urudie '*Ni sauti ya goigoi*'," akasema Simba-Mwewe

"Jinsi hawa viumbe wanavyotoa amri na kumfanya mtu arudie masomo!" akawaza Alisi. "Bora hata ningekuwa shule mara moja." Hata hivyo alisimama na kuirudia, lakini akili yake yote ilikuwa imejaa mawazo juu ya dansi ya Kamba Koche, hata hakujijua kile alichokuwa akikisema, na hakika, maneno aliyoyasema yalitoka kiajabu sana:—

"Ni sauti ya Kamba Koche: nilimsikia akijitangazia
'Umenioka mno nimekuwa kahawia, lazima nipake sukari
nyweleni mwangu.'
Kama bata na kope zake, hivyo yeye na pua yake
Anapunguza mkanda na vifungo vyake, na kupindua vidole
vya mguuni mwake.

Wakati michanga inapokauka, huwa na furaha kama ndege kipozamataza,
Na hutoa maneno ya kashfa kwa Papa:
Lakini, maji yanapojaa baharini na papa wanapokuwa jirani,
Sauti yake inakuwa na woga na ya kutetemeka ndani kwa ndani."

"Hiyo ni tofauti na ile ambayo *mimi* nilizoea kuisema nilipokuwa mtoto," alisema Simba-Mwewe.

"*Mimi* sijawahi kuisikia asilan," alisema Kasa Bandia; "lakini inaonekana kama ni upuuzi usio wa kawaida."

Alisi hakusema lolote; alikuwa amekaa huku akifunika uso kwa viganja vyake, akiwaza kama itawezekana tena jambo lolote kutokea kwa njia ya kawaida.

"Ningependa niyapate maelezo yake," alisema Kasa Bandia.

"Hawezi kuielezea," alisema Simba-Mwewe kwa haraka. "Haya endelea na ubeti unaofuata"

"Lakini je kuhusu vidole vya mguuni?" akasisitiza Kasa Bandia. "Vipi aliweza kuvigeuza kwa pua yake, unajua?"

"Hiyo ni hatua ya mwanzo ya kucheza dansi," Alisi alisema; lakini alichanganyikiwa na jinsi mambo yote yanavyoendelea, na akatamani kubadili kiini cha mazungumzo yote.

"Endelea na ubeti unaofuata," Simba-Mwewe akarudia kwa haraka bila ya kuwa na subira: unaanzia na '*Nilipita bustanini mwake*'."

Alisi hakuthubutu kutoitii amri, japokuwa alihisi yote yatakuwa si sahihi. Na akaendelea kwa sauti ya kutetemeka:—

"Nilipita bustanini mwake, na nikaona kwa jicho moja,
Jinsi Bundi na Chui walivyokuwa wanakula mkate wa pai
kwa pamoja,
Chui alichukuwa gamba la chini la pai, na mchuzi, na
nyama,
Wakati Bundi aliambulia bakuli kama sehemu yake ya
zawadi.
Wakati pai ilipoisha, Bundi, kama fadhila yake,
akatunukiwa kwa ukarimu kuchukua kijiko:
Ambapo Chui akapata kisu na uma huku akinguruma
Na kumalizia karamu kwa—"

"Kuna haja gani ya kurudiarudia mambo yote hayo," Kasa Bandia akaingilia kati, "kama hufafanui wakati unaelezea? Sijapata kusikia mambo ya kubabaisha kama haya!"

"Hasa, nafikiri ni bora uwachilie mbali," alisema Simba-Mwewe: na Alisi alifurahia sana kuwacha.

"Je tujaribu mtindo mwengine wa Kambakoche?" Simba-Mwewe akaendelea. "Au ungependelea Kasa Bandia akuimbie wimbo mwingine?"

"Sawa sawa nyimbo tafadhali, kama Kasa Bandia ataridhia," Alisi akajibu, kwa shauku kubwa kiasi ambacho Simba-Mwewe akasema kwa sauti ya kukashifika, "Alaa, hamna chaguo basi)! Hebu mkongwe, utamudu kumwimbia '*Supu ya Kasa*'?"

Kasa Bandia akavuta pumzi nzito, na akaanza kuimba kwa sauti iliyokwaruzika na kwikwi za machozi:—

"Supu iliyochapukia, nzito ya kijani,
Inangoja katika chungu kimoto!
Nani katika ladha namna hii hatoiinamia?
Supu ya usiku, supu iliyochapukia!
Supu ya usiku, supu iliyochapukia!
Supuu—iliyoo—chapuu kiaa!
Supuu—iliyoo—chapuu kiaa!
Suu—puu ya uu—siku,
Chapukia, supu iliyochapukia!

"Supu iliyochapukia! Nani atajali samaki,
Nyama ya pori, au chakula chengine chochote?
Nani hatojitolea yote kwa gharama ya senti mbili tu
Kwa ajili ya supu iliyochapukia?
Senti tu kwa iliyochapukia?
Supuu—iliyoo—chapuu kiaa!
Supuu—iliyoo—chapuu kiaa!
Suu—puu ya uu—siku,
Iliyochapukia, supu iliyo—CHAPU KIA!"

"Kiitikio tena!" akapiga kelele Simba-Mwewe, na Kasa Bandia alikuwa ameanza tu kukirudia, wakati ukulele wa "Kesi imeanza!" uliposikika kutoka mbali.

"Haya Njoo!" akapiga kelele Simba-Mwewe, na huku akimshika mkono Alisi, akakazana kukimbia, bila ya kungojea mwisho wa nyimbo.

"Ni kesi gani hiyo?" Alisi akawa anahema huku akikimbia; lakini Simba-Mwewe alijibu tu "Haya Njoo!" na kuongeza kasi za mbio. Hivyo maneno yakazidi kufifia, yakichukuliwa na upepo uliowasukuma wao wenyewe, maneno ya huzuni:—

"Suu—puu ya uu—siku,
Chapukia, supu iliyochapukia!"

SEHEMU YA XI

Nani Kaiba Keki ya Tarti?

Mfalme na Malkia wa karata wenye chapa za moyo, walikuwa wameketi kwenye viti vyao vya enzi, wakati wao walipowasili. Umma mkubwa ulikuwa umejikusanya—wakiwemo aina mbalimbali za ndege wadogo wadogo na wanyama, pamoja na jozi lote la karata: Mzungu wa Tatu alikuwa amesimama akiwakabili huku amefungwa minyororo, na kulikuwa na askari kila ubavu, wakimlinda. Na karibu na Mfalme, alikuwepo Sungura Mweupe, akiwa na tarumbeta mkono mmoja na rundo la makaratasi yalozungushwa, mkono wa pili. Katikati ya ukumbi wa mahakama, ilikuwepo meza na sinia kubwa iliyojaa Keki za Tarti. Zilionekana nzuri sana, na kumfanya Alisi kusikia njaa kwa kuziangalia tu—"Ninatamani wamalize kesi," aliwaza, "ili wagawe vitafunio!" Lakini ilionekana kama vile hakukuwa na uwezekano wa hayo, hivyo akaanza kuangalia kila kitu kilichomzunguka ili kupoteza muda.

Alisi hakuwahi kuwa mahakamani hapo awali, ila aliwahi kusoma katika vitabu, na alifurahi sana kujikuta anajua majina ya takribani kila kitu pale. "Yule ni hakimu," alijiambia mwenyewe, "kwa sababu ya wigi lake kubwa kichwani."

Kwa taarifa tu, hakimu alikuwa ni Mfalme mwenyewe; na alivaa taji lake juu ya wigi (tazama sehemu ya mbele kama unataka kujua jinsi alivyofanya). Hakuonekena hata kidogo kama amestarehe na wala halikumwelekea.

"Na pale ndiyo kwenye kizimba," aliwaza Alisi. "na wale viumbe kumi na wawili," (Alisi aliwajibika kuwaita "viumbe", kwa vile baadhi yao walikuwa wanyama, na wengine walikuwa ndege), "nafikiri ni wajumbe wa baraza la mahakama." Alirudia maneno haya kimoyomoyo, mara mbili tatu hivi, akiwa anajivunia kutambua mambo ya mahakama. Kwani aliwaza na hakukosea, kwamba ni wasichana wachache sana ambao wenye umri mdogo kama wake wangeweza kufahamu maana yake. Ingawa hata neno "wajumbe watu wazima wanaume" pia lingefaa kutumika vile vile.

Wajumbe wote wa baraza wale kumi na wawili walikuwa wameshughulika kuandika juu ya vibao vya sleti. "Wanafanya nini?" Alisi alimnong'oneza Simba-Mwewe. "Kwa sasa hawangeweza kuwa na chochote cha kuandika, kabla kesi haijaanza."

"Wanaandika majina yao," Simba-Mwewe akamjibu kwa kumnong'oneza, "kwa khofu wasije kusahau majina yao kabla ya kumalizika kesi."

"Wapumbavu hawa!" Alisi alianza kwa sauti ya kukereka; lakini akasita kwa haraka, kwani Sungura Mweupe alipaza sauti na kusema "Kimya mahakamani!" na Mfalme akavaa miwani yake na kuangaza kwa uangalivu ili kutambua ni nani aliyekuwa anaongea.

Alisi aliweza kuona vizuri kwa vile akiwaangalia kupitia juu ya mabega yao. Wajumbe wote wa baraza la mahakama walikuwa wanaandika "Wapumbavu hawa!" kwenye vibao vya sleti zao. Na aliweza hata kutambua kwamba mmoja wao alishindwa kuandika neno "wapumbavu" na ikambidi amwombe jirani yake kumwonyesha jinsi ya kuliandika. "Vile vibao vyao vya sleti vitajaa makorokoro ya maandishi yasiyofahamika hata kabla kesi haijamalizika!" aliwaza Alisi.

Mmoja kati ya wajumbe wa baraza alikuwa na kalamu iliyokuwa inatoa sauti ya mkwaruzo wa kukera. Jambo hili bila ya shaka, Alisi *hakuweza* kulivumilia. Hivyo akazunguka ukumbi wa mahakama hadi kumfikia nyuma yake, na punde si punde alipata nafasi ya kumnyang'anya ile kalamu. Alifanya hivyo kwa ghafla sana kiasi ambacho masikini mjumbe yule mdogo (ilikuwa Bill yule Mjusi), hakuweza kugundua kalamu imepoteaje. Hivyo baada ya kuisaka kote, alilazimika kuandika kwa kutumia kidole chake kimoja siku nzima; hii ilikuwa hasara tupu kwa sababu haikuwacha maandishi yoyote juu ya kibao cha sleti.

"Herald, hebu soma mashtaka!" alisema Mfalme.

Kwa amri hii, Sungura Mweupe akapiga tarumbeta mara tatu, na pale pale kufungua ile karatasi iliyozungushwa ambayo alikuwa ameibeba, na kusoma kama ifuatavyo:—

"Malkia wa karata, keki za tarti ameoka,
Yote haya siku ya majira ya joto:
Mzungu wa Tatu, keki za tarti akaiba,
Na kuzipeleka mbali na hapo!"

"Haya toeni uamuzi wenu," Mfalme aliwaambia wajumbe wa baraza.

"Bado kwanza, bado kwanza!" Sungura aliingilia kati haraka haraka. "Yapo mengi bado yatafuata kabla ya uamuzi!"

"Mwite shahidi wa kwanza," alisema Mfalme; na hapo Sungura Mweupe akapiga tarumbeta mara tatu, na kuita, "Shahidi wa kwanza!"

Shahidi wa kwanza alikuwa Mshona Kofia. Alikuja huku ameshika kikombe cha chai mkono mmoja na kipande cha mkate kilichopakwa siagi mkono wa pili. "Naomba radhi Mtukufu," akaanza, "kwa kuja hivi hapa: lakini nilikuwa bado sijamaliza kunywa chai yangu wakati nilipoitwa."

"Ulipaswa kuwa umeshamaliza," alisema Mfalme. "Kwani uliaanza wakati gani?"

Mshona Kofia akamtazama Sungura wa Masika, ambaye alikuwa amemfuata hadi mahakamani, wameshikana mikono na Kipanya. "Tarehe kumi na nne mwezi wa tatu, nadhani," alisema.

"Tarehe kumi na tano," alisema Sungura wa Masika.

"Tarehe kumi na sita," kikaongezea Kipanya.

"Andikeni hayo," Mfalme aliwaambia wajumbe wa baraza. Nao wakaandika haraka haraka tarehe zote tatu kwenye sleti zao, na halafu wakazijumlisha na kutoa majibu kwa tarakimu za shilingi na senti.

"Vua kofia yako," Mfalme alimwambia Mshona Kofia.

"Si yangu," alisema Mshona Kofia.

"*Imeibiwa!*" Mfalme akapiga kelele, huku akiwageukia wajumbe wa baraza, ambao papo hapo wakaweka maandishi rasmi kuhusu jambo hilo.

"Naziweka ili kuziuza," Mshona Kofia akaongezea kama kufafanua. "Sina hata moja yangu mimi mwenyewe. Mimi mshonaji kofia."

Hapo Malkia alivaa miwani yake, na kuanza kumkazia macho Mshona Kofia, ambaye alianza kupata woga na kutetemeka.

"Toa ushahidi wako," alisema Mfalme "na usiwe na khofu, vinginevyo nitatoa amri ukatwe kichwa hapo hapo ulipo."

Matamshi haya hayakuonekana kumpa moyo shahidi hata kidogo: akawa anababaika akisimamia mguu huu na ule, akimwangalia Malkia kwa wasiwasi, na katika kuchanganyikiwa kwake, akang'ata kipande kikubwa cha kikombe chake cha chai badala ya mkate wake na siagi.

Wakati huo huo, Alisi akapata hisia za ajabu, ambazo zilimshangaza mno. Baadaye alitambua ilikuwa nini hasa: Kiwiliwili chake kilianza kuwa kikubwa tena, mwanzo aliwaza angesimama na kuondoka mahakamani; lakini baadaye likamjia wazo, bora kubakia pale pale alimradi kulikuwa na nafasi kwa yeye kubaki pale.

"Natamani usingeniminya sana," kilisema Kipanya, ambacho kilikuwa kimekaa naye. "Siwezi hata kupumua."

"Siwezi kujizuia," alisema Alisi kwa unyenyekevu. "Mimi ninakua."

"Huna haki ya kukua *hapa*," kilisema Kipanya.

"Usiropokwe upuuzi," alisema Alisi kwa ari zaidi. "Unajua wazi kwamba hata wewe unakua."

"Ndiyo, lakini mimi nakua kwa kiwango cha busara kinachostahili," kilisema Kipanya. "Siyo katika kiwango cha upuuzi kama hivyo." Na kikasimama huku kikinuna na kwenda upande mwengine wa ukumbi wa mahakama.

Wakati wote huu Malkia hakuwacha kumkodolea macho Mshona Kofia, na punde tu Kipanya kilipovuka ukumbi wa mahakama, Malkia akasema kwa mmoja wa maafisa wa mahakama, "Niletee orodha ya waimbaji walioimba katika burudani iliyopita!" ambapo maskini Mshona Kofia alitetemeka sana, na akavitetemesha viatu vyake hadi vikamvuka.

"Nipe ushahidi wako," Mfalme akarudia kwa hasira, "vinginevyo nitaamrisha ukatwe kichwa, hata kama una wasiwasi au la"

"Mtukufu, mimi masikini," Mshona Kofia akaanza kusema kwa sauti ya kutetemeka. "—na nilikuwa sijaanza kunywa chai yangu—si zaidi ya wiki moja hivi—na vile vile si unaona mkate na siagi unazidi kuwa mwembamba—na kumeremeta kwa chai—"

"Kumeremeta kwa kitu *gani*?" alisema Mfalme.

"*Ilianza* na chai," Mshona Kofia alijibu.

"Bila ya shaka kumeremeta *kunaanza* na herufi ya K!" alisema Mfalme kwa ukali. "Hivyo wewe unadhani mimi ni mbumbumbu? Endelea!"

"Mimi masikini," Mshona Kofia aliendelea. "na vitu vingi vilimeremeta baada ya hapo—Sungura wa Masika tu ndiye aliyesema—"

"Sikusema!" Sungura wa Masika aliingilia kati haraka haraka.

"Ulisema!" alijibu Mshona Kofia.

"Ninakataa kabisa!" alisema Sungura wa Masika.

"Anakataa," alisema Mfalme: "acha sehemu hiyo."

"Hata hivyo, Kipanya kilisema—" Mshona Kofia aliendelea kunena, huku akiangaza kwa wasiwasi kuona kama nacho Kipanya kitakana pia. Lakini Kipanya hakikupinga kitu, kwa sababu kilikuwa kimelala fofofo.

"Baada ya hapo," aliendelea Mshona Kofia, "nilikata mkate zaidi na kuupaka siagi—"

"Lakini Kipanya kilisema nini?" mjumbe mmoja wapo wa mahakama aliuliza.

"Hilo silikumbuki," alisema Mshona Kofia.

"Lazima ukumbuke," alisisitiza Mfalme "au nitaamrisha ukatwe kichwa—"

Mshona Kofia mnyonge aliangusha kikombe chake cha chai na mkate na siagi, na akapiga goti. "Mtukufu, mimi ni masikini sana," alianza.

"Wewe ni msemaji masikini *hafifu sana*," alisema Mfalme.

Hapa mmoja katika Pimbi alifurahia kwa chereko chereko, na hapo hapo akazimwa na maafisa wa mahakama asiendelee. (Kwa vile hilo ni neno gumu, nitakueleza tu jinsi ilivyofanyika. Walikuwa na gunia kubwa la turubali, ambalo linafungwa kwa kamba kwenye uwazi, na ndiyo humo alitumbukizwa pimbi, akianzia kichwa na baadaye wakalikalia.)

"Ninashukuru nimeshuhudia jinsi inavyofanywa," aliwaza Alisi. "Nimesoma mara nyingi sana katika magazeti, ikiwa ni mwisho wa kesi. 'Hutokea ushangiliaji ambao huzimwa mara moja na maafisa wa mahakama,' na sikuweza kufahamu hadi leo ilikuwa ina maana gani."

"Kama hayo ndiyo yote unayoyajua, basi simama chini," aliendelea Mfalme.

"Siwezi kwenda chini zaidi," alisema Mshona Kofia: "Nipo sakafuni tayari hivi nilivyo."

"Basi *kaa* chini," Mfalme akajibu.

Hapa yule Pimbi mwengine akaanza kushangilia, naye akazimwa.

"Sasa pimbi wote wamemalizika!" akawaza Alisi. "Sasa tutaendelea vizuri."

"Ningependelea bora nimalize kunywa chai yangu," alisema Mshona Kofia, huku akimtupia jicho la woga Malkia, ambaye alikuwa akisoma orodha ya waimbaji.

"Unaweza kwenda," alisema Mfalme, na Mshona Kofia alitoka kwenye ukumbi wa mahakama haraka haraka, hata bila ya kusubiri kuvaa viatu vyake.

"—na kikate kichwa chake akifika nje," Malkia aliongezea kwa afisa mmojawapo: lakini Mshona Kofia alikuwa amekwisha potea kabla hata afisa hajafika mlangoni.

"Mwite shahidi mwengine!" alisema Mfalme.

Shahidi aliyefuata alikuwa Mpishi wa Duchess. Alibeba kisanduku cha pilipili manga mkononi mwake, na Alisi aliweza kubaini mhusika alikuwa nani hasa, hata kabla hajaingia mahakamani. Hii ilikuwa jinsi ambavyo watu karibu na mlango walivyoanza kupiga chafya wote kwa wakati mmoja.

"Toa ushahidi wako," alisema Mfalme

"Sitotoa," alisema mpishi.

Mfalme akamwangalia Sungura Mweupe kwa wahka, ambaye alisema kwa sauti ya chini, "Mtukufu hapana budi kumdadisi shahidi *huyu*."

"Kama itabidi, basi itabidi," Mfalme alisema, kwa sauti ya huzuni, na baada ya kufunga mikono yake na kumkunjia uso mpishi hadi macho yake yakawa hayaonekani tena, alisema kwa sauti nzito, "Keki za tarti zimetengenezwa na nini?"

"Pilipili manga zaidi," alisema mpishi.

"Asali ya miwa" ilisema sauti ya usingizi nyuma yake.

"Kifunge kamba ya shingoni hicho Kipanya!" alipiga makelele Malkia. "Kikate kichwa hicho Kipanya! Kiondoeni hicho Kipanya huku mahakamani! Kikandamizeni! Kifinyeni! Kikateni visharubu vyake!"

Kwa dakika chache hivi mahakama nzima ilikuwa katika hali ya mparaganyiko wa kukiondosha hicho Kipanya, na hata ilipofikia hali ya utulivu tena, mpishi alikuwa keshatoweka.

"Si kitu!" alisema Mfalme, kwa hali ya kushukuru. "Mwite shahidi mwengine." Na hapo akaongezea kwa sauti ya utulivu kwa Malkia, "Kwa hakika kipenzi changu, ingefaa *wewe* umdadisi shahidi afuataye. Inanifanya mimi niumwe na kichwa!"

Alisi alimwangalia Sungura Mweupe wakati akipekua pekua orodha, huku akiwa na hamu ya kutaka kujua shahidi afuataye atakuwaje. "—kwa vile *bado* hawakupata ushahidi wa kutosha," akajisemea kimoyomoyo. Fikiria mshangao wake ulikuwaje, wakati Sungura Mweupe aliposoma, kwa sauti yake ya juu ya kukemea, jina la, "Alisi!"

Sehemu ya XII

Ushahidi wa Alisi

"Hapa!" alisema Alisi kwa kutoa yowe, na katika shamrashamra za wakati huo, alikuwa amesahau jinsi gani mwili wake ulikuwa umefutuka kwa ukubwa katika zile dakika chache tu zilopita. Akaruka kwa haraka mno na rinda la sketi yake likakwaruza kizimba cha wawakilishi wa baraza la mahakama. Hii ilisababisha kuwabwaga wawakilishi wote juu ya vichwa vya umma uliokuwa chini yao. Na pale wakaparaganyika, hali iliyomkumbusha mno jinsi gani wiki iliyopita alipata mkasa wa ajali ya kuporomosha mtungi wa samaki aina ya seserumbe wenye rangi ya dhahabu.

"Aah, *naomba* radhi!" alisema kwa sauti ya huzuni sana, na kuanza kuwakusanya kwa haraka kadiri alivyoweza, kwani ile ajali ya samaki aina ya seserumbe iliendelea kumrudiarudia katika fahamu yake. Mawazo yalimjia kwa kumbukumbu ya mbali kwamba ni lazima awakusanye kwa haraka sana na kuwarudisha kwenye kizimba cha mahakama, bila ya hivyo wangeweza kufa.

"Kesi haiwezi kuendelea," alisema Mfalme kwa sauti ya huzuni, "hadi hapo wajumbe wote watakaporudi katika nafasi zao maalum—tena *wote*," akarudia kwa mkazo mkali, huku akimwangalia Alisi kwa ukali wakati akisema hivyo.

Alisi alitizama kizimba cha wajumbe wa mahakama, na akagundua kwamba katika haraka zake, alimweka Mjusi kichwa chini, na masikini mjusi alikuwa anatingisha mkia wake kwa unyonge, kwa vile hakuweza kuusogeza. Alisi alimudu kumtoa tena, na kumweka tena vizuri; "siyo kwamba kunaleta maana yoyote," alijisemea mwenyewe; "Ningedhani wala asingeleta tofauti yoyote katika kesi, awe juu au chini."

Mara tu wajumbe walipopata afuweni kutokana na mshituko wa kuparaganywa, na sleti zao na kalamu zao kupatikana na kurudishiwa, wakaanza kufanya kazi zao kwa bidii. Walianza kuandika historia ya ajali, wote isipokuwa Mjusi ambaye alionekana bado ameduwaa bila ya kujimudu kufanya lolote ila tu kupigwa na butwaa mdomo wazi, huku akiangaza juu kwenye dari la ukumbi wa mahakama.

"Unafahamu nini kuhusu shughuli hii?" Mfalme alimwambia Alisi.

"Sijui chochote," alisema Alisi.

"Hujui chochote *kabisa*?" aling'ang'ania Mfalme.

"Chochote kabisa," alisema Alisi.

"Hiyo ni muhimu sana," Mfalme alisema huku akiwageukia wawakilishi. Walikuwa wanaanza tu kuandika hivyo kwenye sleti zao, ambapo Sungura Mweupe alipoingilia kati. "*Si* muhimu, Mtukufu amemaanisha hivyo bila ya shaka," alisema kwa sauti ya heshima huku akikunja uso na kumng'ong'a wakati akisema.

"*Si* muhimu, bila ya shaka, ndivyo nilivyomaanisha" alisema Mfalme haraka haraka. Na akaendelea kujisemea kwa sauti ya chini, "muhimu—si muhimu—si muhimu—muhimu—" kama vile akijaribu kuona neno gani lilisikilizika vizuri zaidi.

Baadhi ya wawakilishi waliandika, "muhimu" na wengine waliandika "si muhimu". Alisi aliweza kuona jambo hili, kwa vile alikuwa karibu nao hivyo kumwezesha kuona kilichomo ndani ya sleti zao. "hata hivyo haina maana yoyote," akawaza kimoyomoyo.

Wakati huu Mfalme ambaye alikuwa ameshughulika kwa muda hivi kuandika ndani ya kijitabu chake, akapiga kelele kwa sauti kubwa, "Kimya!" na kusoma kutoka kitabuni mwake, "Kanuni ya Arubaini na mbili *Watu wote waliozidi urefu wa maili moja waondoke mahakamani*."

Wote walimwangalia Alisi.

"*Mimi* sina urefu wa kufikia maili moja," alisema Alisi.

"Wewe unao," alisema Mfalme.

"Takribani unafikia urefu wa maili mbili," aliongezea Malkia.

"Sitaondoka kamwe, kwa vyovyote" alisema Alisi. "Na hata hivyo, hiyo si kanuni ya kawaida: umeibuni sasa hivi tu."

"Ni kanuni ya zamani zaidi kitabuni," alisema Mfalme.

"Basi kama hivyo, kanuni hii ingebidi iwe Nambari Moja," alisema Alisi.

Mfalme alibadilika rangi, na kufunga kijitabu chake kwa haraka. "Kateni shauri," aliwaambia wajumbe wa baraza kwa sauti ya kutetemeka.

"Kuna ushahidi zaidi bado unakuja, tafadhali Mtukufu," akaingilia kati Sungura Mweupe, huku akiruka kwa haraka sana; "Hii karatasi imepatikana hivi punde."

"Kuna nini ndani yake?" alisema Malkia.

"Sijaifungua bado," alisema Sungura Mweupe "lakini inaonekana kama barua iliyoandikwa na mfungwa kwa—kwa mtu fulani."

"Ni lazima ilikuwa hivyo," alisema Mfalme, "pasi hivyo basi ingekuwa imeandikwa kwa mtu asiyekuwepo, jambo ambalo si kawaida, unajua."

"Imekusudiwa kwa nani?" alisema mmoja wa wajumbe wa baraza.

"Haikukusudiwa kwa yeyote," alisema Sungura Mweupe. "Kwa hakika hakuna chochote kilichoandikwa *nje*." Akaikunjua karatasi huku akiongea, na kuongeza "Kumbe si barua: ila tu ni beti tu za mashairi."

"Je zipo katika mwandiko wa mfungwa?" aliuliza mjumbe mwengine mmojawapo.

"Hapana, hazipo hivyo," alisema Sungura Mweupe, "na hilo ndilo jambo linalotanza kuhusu hii." (Wajumbe wote walionekana kuwa wamepigwa na butwaa.)

"Lazima itakuwa aliiga mwandiko wa mwenginewe," alisema Mfalme. (Wajumbe wote wakachangamka tena.)

"Tafadhali Mtukufu," alisema Mzungu wa Tatu, "Mimi sikuiandika, na hawawezi kuthibitisha kwamba mimi ndiye niliyefanya hivyo: hakuna jina lililo sainiwa mwishoni."

"Kama hujatia saini yako," alisema Mfalme, "hilo linafanya mambo kuwa mabaya zaidi. Lazima ulitaka kuleta udanganyifu, bila ya hivyo ungetia saini yako kama mtu yeyote mwaminifu."

Kukapigwa makofi baada ya jambo hili: lilikuwa jambo la kwanza la busara kwa Mfalme kutamka siku ile.

"Hiyo *inathibitisha* makosa yake, bila ya shaka," alisema Malkia: "Kwa hivyo kateni—"

"Haithibitishi kitu chochote cha aina hiyo!" alisema Alisi. "Kwa sababu, hata hamjui zinahusu nini!"

"Haya zisomeni!" alisema Mfalme.

Sungura Mweupe akavaa miwani yake. "Nianze wapi, tafadhali Mtukufu?" aliuliza.

"Anza mwanzoni," Mfalme akasema kwa hamasa, "na uendelee hadi mwisho halafu usite."

Kulikuwa na kimya cha mshindo ndani ya ukumbi wa mahakama, wakati Sungura Mweupe akisoma beti zifuatazo:—

"Walinambia ulikuwa kwake yeye (mwanamke),
Na ulinitaja kwake yeye (mwanamme):
Yeye (mwanamke) alinisifu tabia,
Lakini akanikosoa kwamba sijui kuogelea.

Yeye (mwanamme) aliwapelekea ujumbe kwamba sikwenda
(Tunajua hilo ni kweli):
Kama (mwanamke) akiendelea kuling'ang'ania hilo jambo
Wewe utaishia wapi?

(Mwanamke) nilimpa moja, wao walimpa (mwanamme)
mbili,
Wewe ulitupa tatu au zaidi:
Wote wakarudi kutoka kwake (mwanamme) na kukurudia
wewe,
Japokuwa walikuwa wangu hapo mwanzo.

Kama mimi au yeye (mwanamke) tutabahatika kwa
Kujiingiza katika mambo haya,
Yeye (mwanamme) anakuamini kuwaachia huru,
Vile vile kama walivyokuwa awali.

Wazo langu lilikuwa kwamba wewe ulikuwa
(Kabla hajapandwa na kiwewe)
Kizuwizi kilichokuwa baina yake
Yeye (mwanamme) na sisi wenyewe, na kile.

Usimpe nafasi kutambua kwamba yeye (mwanamke)
aliwapenda wao zaidi,
Kwani hii budi daima ibakie milele
Siri isijulikane na wote,
Baina yako wewe na mimi.”

“Huo ndiyo ushahidi muhimu kuliko wote ambao tumewahi kusikia,” alisema Mfalme, huku akifutafuta mikono yake; “hivyo sasa wacha wawakilishi wa mahakama—”

“Kama kuna hata mmoja anayeweza kuielezea,” alisema Alisi (katika muda wa dakika chache, mwili wake ulizidi kukua kiasi ambacho hakuogopa hata kidogo kumkatiza kile anachosema), “nitampa senti sita. Siamini kwamba kuna hata chembe ya maana katika hilo.”

Wajumbe wote wakaandika katika sleti zao, “Alisi haamini kuna hata chembe ya maana yoyote ile,” lakini hata mmoja wao hakujaribu angalau hata kuielezea hiyo karatasi.

"Kama hakuna maana yoyote ndani yake," alisema Mfalme, "hiyo itatupunguzia adha ya usumbufu, kwa vile hatutokuwa na haja ya kuitafuta maana yoyote. Na hata hivyo sijui," akaendelea huku akizisasambua zile beti kwenye goti lake, huku akizitupia jicho; "Nahisi kama vile sasa ninaanza kuona kuna maana ndani ya yote haya—*Lakini akanikosoa kwamba sijui kuogelea*—wewe huwezi kuogelea, ama unaweza?" akaongezea huku akimwangalia Mzungu wa Tatu.

Mzungu wa Tatu akatingisha kichwa chake kwa huzuni, "Kwani ninaonekana kama ninaweza?" (Ambapo kwa hakika hakuweza, kwa vile alikuwa na mwili wa gamba la karatasi.)

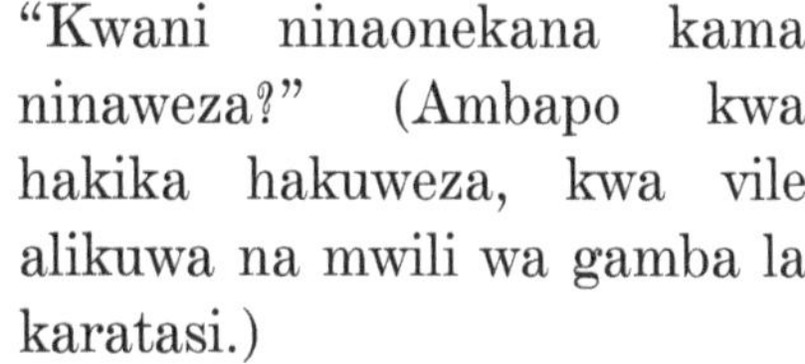

"Hadi hapa, sawa sawa," alisema Mfalme; na mwenyewe akaendelea kujinong'oneza zile beti tu: "'*Tunajua hilo ni kweli*'—hao ni wajumbe wa baraza la mahakama, bila ya shaka—'*Kama (mwanamke) akiendelea kuling'ang'ania hilo jambo*'—na huyo bila ya shaka ni Malkia—'*Wewe utaishia wapi?*'—wapi, hakika!—'*nili-*

mpa moja, wao walimpa (mwanamme) mbili'—Hivyo ndivyo alivyofanya kuhusu Keki za Tarti, unajua—"

"Lakini inaendelea, '*Wote wakarudi kutoka kwake (mwanamme) na kukurudia wewe,"* alisema Alisi.

"Ndiyo hasa!" alisema Mfalme kwa ushindi, huku akinyooshea kidole zile Keki za Tarti zilizokuwa juu ya meza. "Hii ni dhahiri, hakuna cha kuficha. Lakini sasa, '*kabla hajapandwa na kiwewe'*—Nadhani hujawahi kupandwa na kiwewe, ewe kipenzi changu?" alimwambia Malkia

"Asilan!" alisema Malkia kwa hasira, na kumrushia Mjusi kidawati cha wino. (Maskini huyu Mjusi Bill aliyekosa bahati, alikuwa keshawacha kuandika kwenye sleti kwa kidole chake kimoja kwa vile kidole hakikuweza kuwacha alama yoyote; lakini sasa haraka haraka akaanza kuandika tena, kwa kutumia wino uliokuwa unachururika usoni mwake, hadi hapo ulipomalizika.)

"Kwa hivyo maneno haya ya kiwewe hayalingani na wewe," alisema mfalme, huku akiangaza angaza ukumbi wa mahakama huku akitabasamu. Kulikuwa na kimya cha kishindo.

"Ni kitendawili!" Mfalme aliongezea kwa sauti ya hasira, na wote walicheka. "Wacha wajumbe wa baraza watafakari uamuzi wao," Mfalme alisema kwa mara ya ishirini siku hiyo.

"Hapana, hapana!" alisema Malkia. "Hukumu kwanza—uamuzi baadaye."

"Ni upuuzi mtupu!" alisema Alisi kwa sauti ya juu. "Wazo la kutoa hukumu kwanza!"

"Funga mdomo wako!" alisema Malkia huku akibadilika rangi na kuwa kama rangi ya zambarau."

"Siufungi!" alisema Alisi.

"Kata kichwa chake!" Malkia alipiga kelele kwa sauti yake ya juu. Hakuna aliyenyanyuka.

"Nani anayekuogopeni nyinyi?" alisema Alisi. "Nyinyi si lolote si chochote, bali ni jozi tu la karata!"

Kwa kejeli hii, karata zote zilinyanyuka juu, na kumrukia Alisi. Naye alipiga mayowe kidogo, nusu kutokana na woga kwa upande mmoja na nusu, hasira kwa upande mwengine huku akajitahidi kupambana nao. Mara akajishtukia kalala kwenye ukingo wa mto, na kichwa chake kimetulia juu ya paja la dada yake, ambaye alikuwa akimfutafuta uso wake huku akiondoa majani makavu ambayo yalimwangukia usoni mwake kutoka mitini.

"Amka kipenzi changu Alisi!" alisema dada yake. "Ama umepata usingizi mzito mno!"

"Ahh, nilipata ndoto ya ajabu!" alisema Alisi. Na akamsimulia dada yake, kadiri alivyoweza kukumbuka, mikasa yote ambayo umeisoma hivi punde katika kitabu hiki; na alipomaliza, dada yake alimbusu na kusema, "Ama kweli *ilikuwa* ndoto ya kushangaza, kipenzi changu, hiyo ni hakika; lakini sasa kimbia ndani ukanywe chai yako: muda unakwenda." Hivyo Alisi akasimama na kukimbia, huku akiwaza wakati akikimbia, jinsi ile ndoto ilivyokuwa nzuri.

Lakini dada yake alitulia tuli, vile vile kama alivyomwacha, huku akiegesha kichwa chake juu ya mkono wake, na akiangalia jua linalokuchwa, na kumfikiria mtoto Alisi na mikasa yake yote mizuri, hadi hapo na yeye alipoanza kuota kwa mtindo huo huo, na hii ndiyo ilikuwa ndoto yake:—

Mwanzo alimwota mtoto Alisi mwenyewe: kwa mara nyengine, viganja vyake vidogo vilikamata magoti yake, na macho ya kung'aa yenye kusaka yalikuwa yakimwangalia machoni mwake- aliweza kusikia sauti yake mwenyewe ile ile, na kuona jinsi anavyotingisha kichwa chake kiasi ili kusukuma nywele zilizopeperuka na kujileta usoni ili kufunika macho yake. Na bado akiwa anasikiliza au kuonekana kama vile anasikiliza, uwanja wote uliomzunguka ulichangamka kwa uhai wa viumbe *vyote* vya ajabu kutoka katika ndoto ya dada yake mdogo.

Majani marefu yaliyumbayumba chini ya miguu yake wakati Sungura Mweupe alipoharakisha kupita—Kipanya kilichojaa wahka kilikimbizana kwenye dimbwi la karibu—dada aliweza kusikia vikombe vya chai vikigongana wakati Sungura wa Masika na marafiki zake walipokuwa wanakula pamoja mlo usiomalizika daima, na hata aliisikia sauti kali ya Malkia ikitoa amri za kuchinjwa kwa wageni wake waliokosa bahati. Kwa mara nyengine tena mtoto mchanga wa nguruwe alikuwa akipiga chafya magotini mwa Duchess, huku sahani na mabakuli yanavurumishwa—kwa mara nyengine, sauti kali ya Simba-Mwewe, mkwaruzo wa sleti ya Mjusi—na kupaliwa kwa mapimbi waliokabwa roho, zilizagaa hewani, zikichanganyika na kwikwi za machozi zilizotoka mbali za Kasa Bandia aliyekosa raha.

Hivyo akaendelea kukaa huku akifunga macho yake, na aliamini kwa kiasi fulani kwamba yupo katika Nchi ya Ajabu, ingawa alifahamu kwamba akiyafunuwa tena macho yake, kila kitu kitarudia katika hali yake halisi ya kuwa doro—majani yatakuwa yakiyumbayumba kutokana na kuvuma kwa upepo unaopiga, na dimbwi litayumba kutokana na kupepesuka kwa matete—Kugongana kwa vikombe vya chai kutabadilika na kuwa kugongana kwa kengele za kondoo, na sauti kali ya Malkia kutageuka kuwa sauti ya mchunga kondoo; Na chafya ya mtoto mchanga, sauti kali ya Simba-Mwewe, na sauti zote za kushangaza zitabadilika (alijua hivyo) kuwa makelele ya harakati za mifugo mazizini. Na mlio wa ng'ombe kutoka mbali utachukuwa nafasi ya kwikwi za kilio cha Kasa Bandia.

Mwishoni, alibuni picha ya jinsi huyu dada yake mdogo, Alisi, atakapokuwa mwanamke mtu mzima baada ya miaka kadhaa; na jinsi atakavyohifadhi moyoni mwake kumbukumbu za maisha ya furaha ya utotoni; na jinsi atakavyowakusanya watoto wake wadogo na kuwapa simulizi zake za kushangaza na kuwafanya kuangaza macho *yao* kwa furaha, pengine hata kwa ndoto za Nchi ya Ajabu ya zamani na jinsi atakavyopata hisia za majonzi yao madogo madogo, na kupata starehe katika furaha zao zote za kawaida, huku akikumbuka maisha ya utotoni, na siku za furaha za nyakati za kiangazi.

Also available from Evertype

Alice's Adventures in Wonderland, by Lewis Carroll 2008

Through the Looking-Glass and What Alice Found There,
by Lewis Carroll 2009

A New Alice in the Old Wonderland,
by Anna Matlack Richards, 2009

New Adventures of Alice, by John Rae, 2010

Alice Through the Needle's Eye, by Gilbert Adair, 2012

Wonderland Revisited and the Games Alice Played There,
by Keith Sheppard, 2009

Alice's Adventures under Ground, by Lewis Carroll 2009

The Nursery "Alice", by Lewis Carroll 2010

The Hunting of the Snark, by Lewis Carroll 2010

The Haunting of the Snarkasbord, by Alison Tannenbaum,
Byron W. Sewell, Charlie Lovett, and August A. Imholtz, Jr, 2012

Snarkmaster, by Byron W. Sewell, 2012

In the Boojum Forest, by Byron W. Sewell, 2014

Murder by Boojum, by Byron W. Sewell, 2014

*Alice's Adventures in Wonderland,
Retold in words of one Syllable* by Mrs J. C. Gorham, 2010

𐐈𐑊𐐮𐑅'𐑅 𐐈𐐼𐑂𐐯𐑌𐐽𐐲𐑉𐑆 𐐮𐑌 𐐎𐐲𐑌𐐼𐐲𐑉𐑊𐐰𐑌𐐼,
Alice printed in the Deseret Alphabet, 2014

[illegible],
Alice printed in the Ewellic Alphabet, 2013

'Ælɪsɪz əd'ventʃəz ɪn 'Wʌndəˌlænd,
Alice printed in the International Phonetic Alphabet, 2014

Alis'z Advenčrz in Wundrland,
Alice printed in the Ñspel orthography, 2015

[illegible], *Alice* printed in the Nyctographic Square Alphabet, 2011

·𐑨𐑤𐑦𐑕'𐑦𐑟 𐑩𐑛𐑝𐑧𐑯𐑗𐑼𐑟 𐑦𐑯 ·𐑢𐑳𐑯𐑛𐑼𐑤𐑨𐑯𐑛,
Alice printed in the Shaw Alphabet, 2013

ALISIZ ADVENCƎRZ IN WUNDRLAND,
Alice printed in the Unifon Alphabet, 2014

Elucidating Alice: A Textual Commentary on *Alice's Adventures in Wonderland*, by Selwyn Goodacre, 2015

Behind the Looking-Glass: Reflections on the Myth of Lewis Carroll, by Sherry L. Ackerman, 2012

Clara in Blunderland, by Caroline Lewis, 2010

Lost in Blunderland: The further adventures of Clara, by Caroline Lewis, 2010

John Bull's Adventures in the Fiscal Wonderland, by Charles Geake, 2010

The Westminster Alice, by H. H. Munro (Saki), 2010

Alice in Blunderland: An Iridescent Dream, by John Kendrick Bangs, 2010

Rollo in Emblemland, by J. K. Bangs & C. R. Macauley, 2010

Gladys in Grammarland, by Audrey Mayhew Allen, 2010

Alice's Adventures in Pictureland,
by Florence Adèle Evans, 2011

Eileen's Adventures in Wordland, by Zillah K. Macdonald, 2010

Phyllis in Piskie-land, by J. Henry Harris, 2012

Alice in Beeland, by Lillian Elizabeth Roy, 2012

The Admiral's Caravan, by Charles Edward Carryl, 2010

Davy and the Goblin, by Charles Edward Carryl, 2010

Alix's Adventures in Wonderland:
Lewis Carroll's Nightmare, by Byron W. Sewell, 2011

Áloþk's Adventures in Goatland, by Byron W. Sewell, 2011

Alice's Bad Hair Day in Wonderland,
by Byron W. Sewell, 2012

The Carrollian Tales of Inspector Spectre,
by Byron W. Sewell, 2011

Alice's Adventures in An Appalachian Wonderland,
Alice in Appalachian English, 2012

Alice tu Vãsilia ti Ciudii, *Alice* in Aromanian, 2015

Алесіны прыгоды ў Цудазем'і, *Alice* in Belarusian, 2013

Ahlice's Aveenturs in Wunderlaant,
Alice in Border Scots, 2015

Alice's Mishanters in e Land o Farlies,
Alice in Caithness Scots, 2014

Crystal's Adventures in A Cockney Wonderland,
Alice in Cockney Rhyming Slang, 2015

Aventurs Alys in Pow an Anethow, *Alice* in Cornish, 2015

Alice's Ventures in Wunderland, *Alice* in Cornu-English, 2015

Alices Hændelser i Vidunderlandet, *Alice* in Danish, 2015

La Aventuroj de Alicio en Mirlando,
Alice in Esperanto, by E. L. Kearney, 2009

La Aventuroj de Alico en Mirlando,
Alice in Esperanto, by Donald Broadribb, 2012

Trans la Spegulo kaj kion Alico trovis tie,
Looking-Glass in Esperanto, by Donald Broadribb, 2012

Les Aventures d'Alice au pays des merveilles,
Alice in French, 2010

Alice's Abenteuer im Wunderland, *Alice* in German, 2010

Alice's Adventirs in Wunnerlaun,
Alice in Glaswegian Scots, 2014

Balþos Gadedeis Aþalhaidais in Sildaleikalanda,
Alice in Gothic, 2015

Nā Hana Kupanaha a ʻĀleka ma ka ʻĀina Kamahaʻo,
Alice in Hawaiian, 2012

Ma Loko o ke Aniani Kū a me ka Mea i Loaʻa iā ʻĀleka ma Laila, *Looking-Glass* in Hawaiian, 2012

Aliz kalandjai Csodaországban, *Alice* in Hungarian, 2013

Eachtraí Eilíse i dTír na nIontas,
Alice in Irish, by Nicholas Williams, 2007

Lastall den Scáthán agus a bhFuair Eilís Ann Roimpi,
Looking-Glass in Irish, by Nicholas Williams, 2009

Eachtra Eibhlís i dTír na nIontas,
Alice in Irish, by Pádraig Ó Cadhla, 2015

Le Avventure di Alice nel Paese delle Meraviglie,
Alice in Italian, 2010

L's Aventuthes d'Alice en Êmèrvil'lie, *Alice* in Jèrriais, 2012

L'Travèrs du Mitheux et chein qu'Alice y dêmuchit,
Looking-Glass in Jèrriais, 2012

Las Aventuras de Alisia en el Paiz de las Maravijas,
Alice in Ladino, 2014

Alisis pīdzeivuojumi Breinumu zemē, *Alice* in Latgalian, 2015

Alicia in Terra Mirabili, *Alice* in Latin, 2011

Aliciae per Speculum Trānsitus (Quaeque Ibi Invēnit),
Looking-Glass in Latin, 2014

Alisa-ney Aventuras in Divalanda,
Alice in Lingua de Planeta (Lidepla), 2014

La aventuras de Alisia en la pais de mervelias,
Alice in Lingua Franca Nova, 2012

Alice ẹhr Ẹventüürn in't Wunnerland,
Alice in Low German, 2010

Contoyrtyssyn Ealish ayns Çheer ny Yindyssyn,
Alice in Manx, 2010

Ko ngā Takahanga i a Ārihi i te Ao Mīharo,
Alice in Māori, 2015

Dee Erläwnisse von Alice em Wundalaund,
Alice in Mennonite Low German, 2012

Auanturiou adelis en Bro an Marthou,
Alice in Middle Breton, 2015

The Aventures of Alys in Wondyr Lond,
Alice in Middle English, 2013

L'Aventuros de Alis in Marvoland, *Alice* in Neo, 2013

Ailice's Anters in Ferlielann, *Alice* in North-East Scots, 2012

Æðelgýðe Ellendæda on Wundorlande,
Alice in Old English, 2015

Die Lissel ehr Erlebnisse im Wunnerland,
Alice in Palantine German, 2013

Alice Contada aos Mais Pequenos,
The Nursery "Alice" in Portuguese, 2015

Соня въ царствѣ дива: Sonja in a Kingdom of Wonder,
Alice in Russian, 2013

Ia Aventures as Alice in Daumsenland,
Alice in Sambahsa, 2013

'O Tāfaoga a 'Ālise i le Nu'u o Mea Ofoofogia,
Alice in Samoan, 2013

Eachdraidh Ealasaid ann an Tìr nan Iongantas,
Alice in Scottish Gaelic, 2012

Alice's Adventchers in Wunderland, *Alice* in Scouse, 2015

Alice's Adventirs in Wonderlaand, *Alice* in Shetland Scots, 2012

Alice muNyika yeMashiripiti, *Alice* in Shona, 2015

Ailice's Àventurs in Wunnerland,
Alice in Southeast Central Scots, 2011

Alisi Ndani ya Nchi ya Ajabu, *Alice* in Swahili, 2015

Alices Äventyr i Sagolandet, *Alice* in Swedish, 2010

Ailis's Anterins i the Laun o Ferlies,
Alice in Synthetic Scots, 2013

'Alisi 'i he Fonua 'o e Fakaofo', *Alice* in Tongan, 2014

Alice's Carrànts in Wunnerlan, *Alice* in Ulster Scots, 2013

Der Alice ihre Obmteier im Wunderlaund,
Alice in Viennese German, 2012

Ventürs jiela Lälid in Stunalän, *Alice* in Volapük, 2015

Lès-avirètes da Alice ô payis dès mèrvèyes,
Alice in Walloon, 2012

Anturiaethau Alys yng Ngwlad Hud, *Alice* in Welsh, 2010

I Avventur de Alìs ind el Paes di Meravili,
Alice in Western Lombard, 2015

Alison's Jants in Ferlieland, *Alice* in West-Central Scots, 2014

Di Avantures fun Alis in Vunderland, *Alice* in Yiddish, 2015

Insumansumane Zika-Alice, *Alice* in Zimbabwean Ndebele, 2015

U-Alice Ezweni Lezimanga, *Alice* in Zulu, 2014

www.ingramcontent.com/pod-product-compliance
Ingram Content Group UK Ltd.
Pitfield, Milton Keynes, MK11 3LW, UK
UKHW041825200726
13854UKWH00002BA/557

9 781782 011224